अभ्यासाचे
सोळा संस्कार

दिलीपराज प्रकाशन प्रा.लि.™
२५१ क, शनिवार पेठ, पुणे - ४११०३०
दिलीपराज प्रकाशनाची सर्व पुस्तके आता आपण **Online** खरेदी करू शकता.
आमच्या Website ला कृपया अवश्य भेट द्या. **www.diliprajprakashan.in**
दूरध्वनी क्रमांक (फॅक्ससहित) - **२४४४१७२३, २४४८३९९५, २४४९५३१४**
info@diliprajprakashan.in

अभ्यासाचे
सोळा संस्कार

विजय भालचंद्र कुलकर्णी

दिलीपराज प्रकाशन प्रा. लि.™
२५१ क, शनिवार पेठ, पुणे - ४११ ०३०.

अभ्यासाचे सोळा संस्कार
Abhyasache Sola Sanskar

ISBN - 978 - 93 - 82988 - 64 - 9

प्रकाशक
राजीव दत्तात्रय बर्वे । मॅनेजिंग डायरेक्टर ।
दिलीपराज प्रकाशन प्रा. लि. ।
२५१ क, शनिवार पेठ, पुणे ४११०३०
दूरध्वनी : २४४८३९९५, २४४७१७२३, २४४९५३१४ (सर्व फॅक्ससहित)

© प्रकाशकाधिन

प्रकाशन दिनांक : १३ नोव्हेंबर २०१३

प्रकाशन क्रमांक : २०८५

मुद्रक
Repro India Ltd, Mumbai.

टाईपसेटिंग
सौ. मधुमिता राजीव बर्वे । पितृछाया मुद्रणालय
९०९ रविवार पेठ, पुणे ४११००२

मुखपृष्ठ - सागर नेने

आतील चित्रे - आकाश स. गोगे

अभ्यास करू इच्छिणाऱ्या
सर्व विद्यार्थी मित्रांना

प्रस्तावना

माझे मित्र श्री. विजय कुलकर्णी यांना मी गेली काही वर्षे प्रयत्नपूर्वक व अतिशय कष्टाने विकसित होताना अगदी जवळून पाहात आहे. अतिशय आनंदाची गोष्ट म्हणजे या प्रयत्नांना व कष्टांनाच अतिशय सुंदर 'शब्दरूप' देऊन त्यांची दोन पुस्तके तयार झाली आहेत. आधी केले मग सांगितले असे घडल्यानेच या पुस्तकातील प्रत्येक संस्काराला वेगळेच महत्त्व प्राप्त झाले आहे, असे मला आवर्जून सांगावेसे वाटते. त्यांचे पहिले 'चला अभ्यास करू' हे केवळ पुस्तक न राहता आज शंभरी गाठण्याच्या एकपात्री कार्यक्रमात रूपांतरित झाले आहे. विविध संस्था, सोसायट्या, सभागृहात झालेले एकपात्री प्रयोगांना भरभरून श्रोत्यांनी दाद दिली आहे. त्यातील किमान दोन प्रयोगांना मी साक्षी होतो.

अभ्यास एके अभ्यास करणारे कोणतेही मूल दहावीपर्यंत पाठांतर, क्लास, नोट्स, गाईड याच्या पांगुळगाड्यामुळे ऐंशी-नव्वद टक्क्यांपर्यंत पोहोचू शकते. पण अकरावी-बारावीला हा पांगुळगाडा उपयोगी पडत नाही, तर फक्त अभ्यासाचे सोळा संस्कारच त्या मुला-मुलीला तारून नेऊ शकतात. गेली पंधरा वर्षे करिअर मार्गदर्शनामुळे, अशा काही हजार मुलांना अगदी जवळून बघितल्यामुळेच या संस्कारांची गरज किती आहे ते मला पूर्णपणे माहिती आहे. मात्र या संस्कारांना 'शब्दरूप' देऊन सोप्या, रसाळ भाषेत व सोदाहरण सांगितल्याने ते जास्त आकर्षक झाले आहे. त्याबद्दल श्री. विजय कुलकर्णी अभिनंदनास पात्र ठरतात.

हे पुस्तक प्रथम पालकांनी वाचावे. त्यानंतर मुलांकडून जरूर वाचून घ्यावे. एका दिवशी एकच संस्कार जरी मुलांनी वाचला तरी पुरे. पण या

पद्धतीत जो मुलगा पूर्ण पुस्तक वाचेल तो अभ्यासाच्या, पाठांतराच्या दुष्टचक्रातून कायमचा बाहेर येईल. खऱ्या अर्थाने तो अभ्यासाला लागेल, एवढेच नव्हे तर ज्ञानमार्गी होण्याची ती सुरुवातच ठरावी.

यानंतरही श्री. विजय कुलकर्णी यांनी त्यांची बारीक निरीक्षणे चालू ठेऊन त्यातून परिपूर्ण लिखाण चालू ठेवावे यासाठी त्यांना शुभेच्छा

डॉ. श्रीराम गीत

-: मनोगत :-

प्रथमतः 'चला अभ्यास करू' या माझ्या पहिल्याच पुस्तकाला विद्यार्थी व पालकांनी दिलेल्या प्रतिसादाबद्दल धन्यवाद. कार्यक्रमाच्या माध्यमातून विद्यार्थ्यांशी संवाद साधत असताना, विद्यार्थ्यांच्या शंकाचे निरसन करत असताना एक गोष्ट प्रकर्षाने जाणवली ती ही, की विद्यार्थ्यांना अभ्यासप्रक्रियेमधील कुठल्या ना कुठल्या घटकाबद्दल अडचण असतेच. अभ्यासप्रक्रियेतील प्रत्येक घटकाचे महत्त्व काय, त्या घटकाला अनुसरून काय केले पाहिजे? अभ्यास प्रक्रियेतील महत्त्वाचे घटक कोणते? या सर्व बाबींची एकत्र माहिती विद्यार्थीवर्गाला उपलब्ध करणे तसेच, विद्यार्थ्याचा अभ्यास घ्यायचा म्हणजे नेमके काय करायचे या पालकांनी उपस्थित केलेल्या शंकेचे निरसन करण्यासाठी व माझ्या विचारांना चालना मिळून नवीन पुस्तक लिहिण्याची कल्पना मनात आली, यासाठी विद्यार्थी व पालकांचे परत एकदा आभार मानतो.

आपल्या संस्कृतीमधे बाळाच्या जन्माच्या आधीपासून ते मृत्यूपर्यंत, गर्भसंस्कारापासून ते अंत्यसंस्कारापर्यंत असे एकून सोळा संस्कार सांगितले आहेत. जन्म आणि मृत्यू यांच्या मधील प्रवास म्हणजेच जीवन, हे जीवन सुखकर व्हावे अर्थपूर्ण व्हावे म्हणून आयुष्याच्या प्रत्येक टप्प्यावर काही संस्कार महत्त्वाचे मानले गेले आणि त्याचे अनुसरण केले गेले. या सर्व संस्कारांकडे आपण जर पाहिले तर ते शारीरिक म्हणजे आरोग्यासाठी, सामाजिक म्हणजे व्यक्तीचा सामाजिक स्तर उंचावण्यासाठी तसेच मानसिक दृष्ट्या महत्त्वाच्या गोष्टींना धार्मिक बाब म्हणून लोकांना ते संस्कार करण्यासाठी बंधनकारक केले गेले, जेणे करून समाजात शांतता नांदेल व समाजाची प्रगती होईल.

याच प्रकारे प्रत्येक विद्यार्थ्यांची अभ्यासात प्रगती होण्यासाठी किंवा अभ्यास पूर्ण होण्यासाठी अभ्यासप्रक्रियेतील महत्त्वाच्या सोळा घटकांना मी 'अभ्यासाचे सोळा संस्कार' असे संबोधले आहे. या प्रत्येक संस्काराचे अनुकरण विद्यार्थ्याने अभ्यासात केले तर नक्कीच फायदा होईल. धार्मिक संस्कार

लहानपणापासूनच करणे उचित, परंतु अभ्यासाचे संस्कार, वयातील भेदभाव न करता ज्यांना अभ्यास करायचा आहे त्यांच्या सर्वांसाठी उपयुक्त आहेत. किंबहुना, त्या सर्वांना या पुस्तकाचा नक्की उपयोग होईल.

पुस्तकाची कल्पना सुचल्यापासून त्याचे लिखाण पूर्ण होईपर्यंत, प्रत्येकवेळी लिहिलेले वाचून त्यात काही सुधारणा, वाक्यातील बदल करणे यासाठी माझी पत्नी सौ. वैशालीने मला वेळोवेळी मदत केली. खरं तर या लिखाणाचे सर्व श्रेय तिलाच जाते.

माझे वडील श्री भालचंद्र मु. कुलकर्णी गेल्या दोन वर्षापासून आजारी आहेत, बोलू शकत नाहीत. पण त्यांना मी दुसरे पुस्तक लिहितो आहे सांगितल्यावर 'एस एस' म्हणून त्यांनी दिलेल्या प्रोत्साहनामुळे मी हे पुस्तक पूर्ण करू शकलो.

माझा भाऊ श्री. चंद्रशेखर कुलकर्णी तसेच वहिनी सौ. मीनल यांचाही मी आभारी आहे.

लिखाणात सहभागी होउन आवडीने वाचणारा चि. विश्वेश, तसेच तुमचे नवीन पुस्तक कधी येणार ते मला माझ्या शाळेत द्यायचे आहे असा तगादा लावणारी कु. शताक्षी आणि माझे पुतणे चि. स्तवन व शार्दूल या चौघांनी लिखाणासाठी प्रोत्साहनच दिले.

माझा सहकारी सुरेश तारे याने लिखाण सुरू झाल्यापासून पुस्तक पूर्ण होईपर्यंत मला सहकार्य केले त्याबद्दल मी त्याचा आभारी आहे.

या पुस्तकासाठी सर्व रेखाचित्रे तयार करून दिल्याबद्दल मी श्री. आकाश गोगे यांचा आभारी आहे.

या पुस्तकास प्रस्तावना दिल्याबद्दल मी डॉ. श्रीराम गीत यांचा आभारी आहे.

आणि सगळ्यात महत्त्वाचे- पुस्तक प्रकाशित केल्याबद्दल मी श्री. राजीव बर्वे यांचा आभारी आहे.

धन्यवाद !

विजय भालचंद्र कुलकर्णी

–: अनुक्रमणिका :–

दोन शब्द...

आजकाल मुलांचा अभ्यास म्हटले की खरी कसोटी लागते ती पालकांची. त्यात ते मूल जर दहावी किंवा बारावीत असेल तर मुलांपेक्षा पालकांनाच टेन्शन जास्त असते. संबंधित विद्यार्थी मात्र मजेत असतो. बरं, या मुलांची अभ्यास करण्याची पद्धत पाहिली की असे वाटते, यांना खरंच कोणी काही सांगत नसेल का? कारण कुठलाही अभ्यास म्हटले की वाचन, मनन, आणि लेखन या तीनही गोष्टींना महत्त्व आहेच. या तीनही गोष्टी झाल्याशिवाय अभ्यास पूर्ण होऊच शकत नाही. आज तुम्ही कुठल्याही मुलाचे/मुलीचे निरीक्षण करा- ते वाचत असतील तर वाचतच बसतात, लिखाण करत असतील तर लिखाणच करतात, मनन म्हणजे काय हे तर यांना माहितीच नाही.

आजच्या विद्यार्थ्यांकडे पाहिले की असे जाणवते की, कुठे तरी लहानपणी या मुलांवर संस्कार कमी पडले. या ठिकाणी संस्कार हा शब्द मी 'शैक्षणिक संस्कार' या अर्थाने वापरत आहे. इतर संस्कारांप्रमाणे शैक्षणिक संस्कारही होणे गरजेचे आहे. सध्याच्या विद्यार्थ्यांकडे पाहताना त्याची अत्यंत आवश्यकता निर्माण झालेली आहे याची प्रकर्षाने जाणीव होते.

एक गोष्ट नक्की, मुलांच्या अभ्यासाची पद्धत बदलायची असेल, किंवा त्यांचा अभ्यास संस्कारयुक्त करायचा असेल तर ते संस्कार सुरुवातीपासूनच करणे गरजेचे आहे. कुंभार ज्याप्रमाणे ओल्या मातीला आकार देतो त्याचप्रमाणे संस्कारक्षम वयातच संस्कार करणे गरजेचे असते.

हेच या पुस्तकात मांडले आहे. याचा विद्यार्थी व पालकांना नक्की फायदा होईल. अभ्यास ही एक प्रक्रिया आहे. या प्रक्रियेत विविध छोट्या-छोट्या क्रिया आहेत. प्रत्येक छोटी क्रिया पूर्ण झाल्याशिवाय अभ्यास पूर्ण होत नाही. या प्रत्येक क्रियेला आपण पैलू म्हणूयात. हिऱ्याला ज्याप्रमाणे पैलू पाडल्याशिवाय सौंदर्य आणि महत्त्व प्राप्त होत नाही, त्याचप्रमाणे अभ्यासप्रक्रियेतील

प्रत्येक पैलू अनुसरल्याशिवाय अभ्यास पूर्ण होत नाही. म्हणूनच अभ्यासप्रक्रियेतील विविध पैलू कोणते व ते आचरणात कसे आणायचे, मुलांनी अभ्यास करताना अभ्यासाच्या कोणकोणत्या पैलूंचे आचरण केले पाहिजे व ते कशा पद्धतीने करता येऊ शकते- याचा छोटासा प्रयत्न मी विद्यार्थी व पालकांसाठी केला आहे. त्याचा विद्यार्थी व पालक नक्की उपयोग करून घेतील हीच अपेक्षा.

पुस्तकाचे प्रथम वाचन करत असताना रोज एकच संस्कार वाचा, तो आचरणात आणा. मगच पुढील संस्कार वाचा व आचरणात आणा. प्रथम वाचन करण्यासाठी सोळा दिवस लागले तरी चालतील. द्वितीय वाचन एकाच वेळी केले तरी चालेल.

विद्यार्थी मित्रा, हे पुस्तक वाचत असताना तुझ्या वाचनाला कृतीची जोड द्यावीच लागेल. मी जे काही लिहिले आहे त्याला कृतीची जोड दिल्याशिवाय त्याचे महत्त्व तुला पटणारच नाही. म्हणून एक संस्कार वाच, आचरण कर आणि मग पुढे जा. तुला निश्चित फायदा होईल.

-0-0-0-

संस्कार पहिला

एकाग्रता

कुठल्याही प्रकारच्या अभ्यासासाठी आवश्यक म्हणण्यापेक्षा अत्यावश्यक गोष्ट कुठली असेल तर ती आहे 'एकाग्रता'. स्वामी विवेकानंद तर म्हणतात एकाग्रता हा सर्व ज्ञानांचा पाया आहे.

आजकालच्या बहुतांश विद्यार्थ्यांकडे आपण पाहिले तर टी.व्ही पाहताना, संगणकावर खेळ खेळताना हे जेवढे मन लावून बसतात तेवढेच मन लावून ते अभ्यासाला बसलेले दिसत नाहीत. टी.व्ही, इंटरनेट आणि कंप्यूटर, मोबाईलने जशी काही मोहिनी घातली आहे. मोबाईलशिवाय आजची मुले राहूच शकत नाहीत. आपला देश प्रगतीपथावर असताना या सगळ्या गोष्टी येणारच, ग्लोबलायझेशनमध्ये बाहेरील या गोष्टी भारतात येणारच, किंबहुना, त्या गरजेच्या आहेत, परंतु खरंच त्या विद्यार्थ्यांसाठी गरजेच्या आहेत का? तर नाही. प्रगतीबरोबर आडवाटेने येणारी ही संकटे आहेत, कारण आजचा विद्यार्थी वर्ग- जो प्रगत भारताचा आधारस्तंभ आहे, तो या गोष्टींच्या खूपच आहारी चालला आहे. हे वेळीच रोखावे लागेल.

एकाग्रता या विषयावर लिहीत असताना वरील मुद्दा मांडला. कारण आजच्या विद्यार्थ्यांची अभ्यासातील एकाग्रता न होण्यासाठी वरील गोष्टीच कारणीभूत आहेत. आजच्या विद्यार्थ्यांना हेच कळत नाही, की कोणत्याही गोष्टीचा अतिरेक हा घातकच असतो. विद्यार्थी मित्रा, टी.व्ही, मोबाईल, इंटरनेट या गोष्टी तू वापरूच नको असा सल्ला मी तुला देणार नाही. परंतु या सगळ्या गोष्टींचे फायदे-तोटे आणि आपले करीयर या सर्व गोष्टी तुझे तूच लक्षात घेऊन या गोष्टींपासून जरा दूरच राहिलेले बरे असा सल्ला नक्की देईन.

एकाग्रता म्हणजे काय, तर आपले मन एका ठिकाणी केंद्रित करणे. पण आपले मन खूपच चंचल असते. ते घटकेत एका ठिकाणी तर घटकेत दुसऱ्या ठिकाणी पोहचलेले असते. विद्यार्थी मित्रांनो, ज्याप्रमाणे पाणी वाहणारच, अग्नी

पेटणारच कारण- हा त्यांचा स्वभाव आहे, तो त्यांचा गुण आहे. त्याप्रमाणेच ते वागणार. तसंच मनाचाही गुणधर्म आहे- ते सगळीकडे लक्ष घालणार, नुसते एका वेळी एका गोष्टींकडे नाही तर एकाच वेळी सगळ्याच गोष्टीत लक्ष घालणार- हा मनाचा गुणधर्म आहे. ते त्याप्रमाणेच वागणार.

विद्यार्थी मित्रा, अग्नीचा गुणधर्म जरी पेटणे हाच असला तरी त्या अग्नीचा उपयोग विधायक कामासाठीसुद्धा करतात. उदा. स्वयंपाक करण्यासाठी, एवढंच काय, अगदी कठीण असलेल्या लोखंडाला आकार देण्यासाठीसुद्धा अग्नीचाच उपयोग करतात. पण तीच आग भडकली तर ती सगळे उद्‌ध्वस्त करून टाकते. घरात किंवा इतरत्र कुठेही लागलेली आग (म्हणजेच आगीने तिच्या असलेल्या गुणधर्माचा केलेला अतिरेक) शमवण्यासाठी आगीचा बंब बोलावून तिला आटोक्यात आणावेच लागते. किंबहुना आणले जाते.

तसेच पाण्याचेही. आपण पाण्याला जीवन म्हणतो, पण तेच पाणी महापुरामधे असंख्य जीव गिळंकृत करून, असंख्य गावे निर्मनुष्य करून, हजारो एकराच्या शेतीची नासाडी करून शांत होते. याच मोकाट पाण्याला बांध घालून त्याचा उपयोग वीजनिर्मितीसाठी, शेती सुधारण्यासाठी, पिण्याच्या पाण्याचा प्रश्न सोडवण्यासाठीही करतात.

विद्यार्थी मित्रा, एवढंच लक्षात ठेव- प्रत्येक गोष्टीचा एक स्वभाव असतो. पण प्रत्येक वेळी त्या गोष्टीला तिच्या स्वभावाप्रमाणेच वागू दिले तर ती गोष्ट सगळा उच्छाद मांडते. जसे पाणी आणि अग्नी; पण आपण थोडे बंधन टाकून ती गोष्ट नियंत्रणात ठेवू शकतो व त्या गोष्टीवर जेव्हा आपले नियंत्रण येते त्यावेळी त्या गोष्टीचा वापर आपण विधायक कामासाठी करू शकतो.

तसेच आपल्या मनाचेही आहे. सगळीकडे एका वेळी लक्ष घालायला बघणे हा मनाचा स्वभाव आहे. आपण जर त्याला त्याच्या स्वभावाप्रमाणेच वागू दिले तर ते मन सगळीकडे उच्छाद मांडणार; पण त्याच मनावर थोडे नियंत्रण मिळवले तर तेच मन आपण विधायक कामासाठी वापरू शकतो. बऱ्याच वेळा असं लक्षात येतं, की आपण निश्चय करतो पण आपण केलेला निश्चय ठरवलेला अभ्यास पूर्ण करू शकत नाही. बुद्धीच्या जोरावर आपण निश्चय करतो, अभ्यासाला बसतो पण त्याच वेळी मनही त्याच्या कामाला लागते. यात एक गोष्ट लक्षात घेतली पाहिजे- निश्चय करणारी बुद्धी आणि संकल्प-विकल्प करणारे मन या दोघांवर आपलं नियंत्रण नाही. बुद्धीच्या बळावर आपण जो निश्चय केलेला

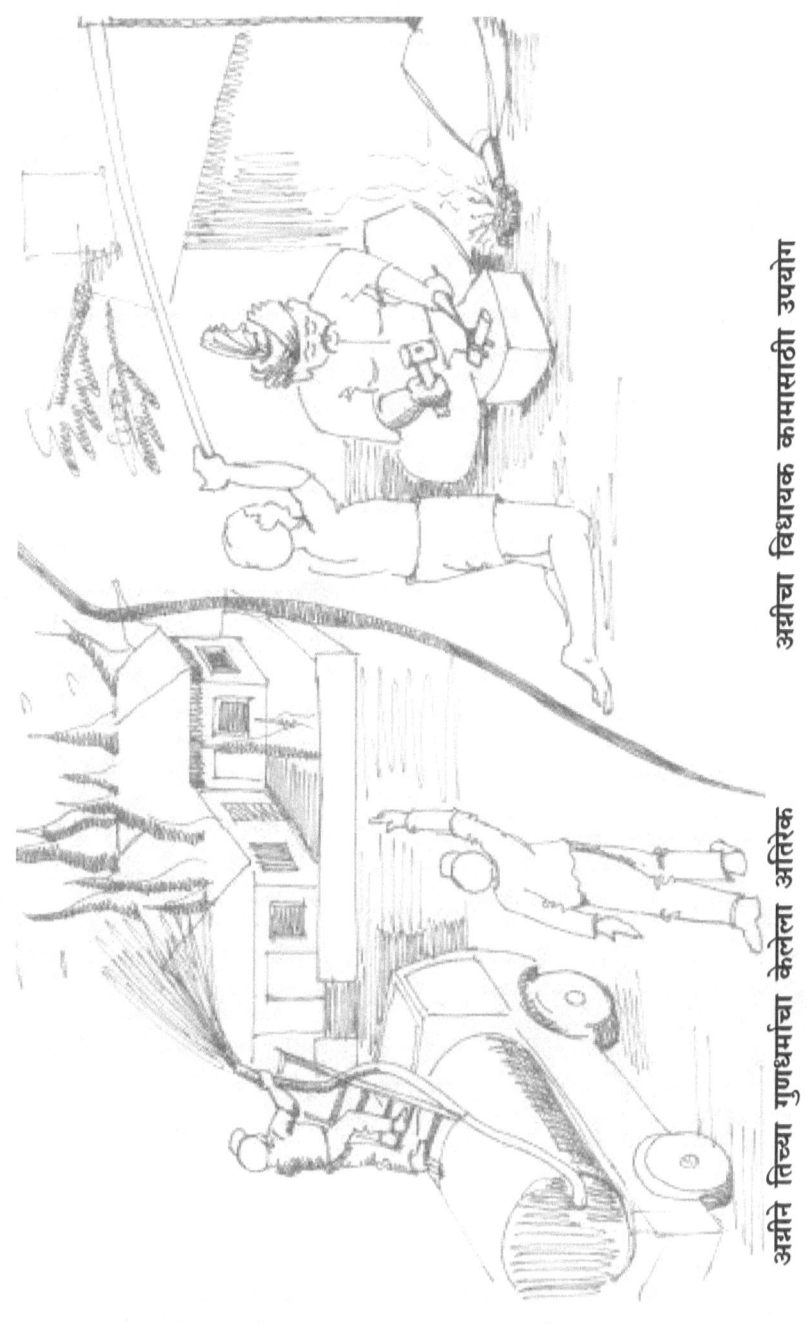

अग्नीने तिच्या गुणधर्माचा केलेला अतिरेक

अग्नीचा विधायक कामासाठी उपयोग

आहे तो जर तडीस न्यायचा असेल तर एकच गोष्ट आपल्याला मदत करू शकते ती म्हणजे आपली इच्छाशक्ती. आपण आपल्या इच्छाशक्तीच्या बळावर मनावर नियंत्रण करू शकतो. जेवढी तुमची इच्छाशक्ती तीव्र तेवढी एकाग्र होण्याची, म्हणजेच मनावर नियंत्रण ठेवण्याची, शक्यता जास्त. त्यामुळे जे विद्यार्थी म्हणतात. 'मला एकाग्रता साधता येत नाही किंवा अभ्यासात मनच लागल नाही,' त्यांनी सगळ्यांनी प्रामाणिकपणे आपली इच्छाशक्ती तपासण्याची गरज आहे. खरंच आपल्याला अभ्यास करायचा आहे का? आपल्याला अभ्यास का करायचा आहे? आपले ध्येय काय? यासारखे प्रश्न स्वतःला विचारले की खरंच कळेल, आपली इच्छाशक्ती आहे का नाही.

विद्यार्थी मित्रांनो, तुम्हाला एक गोष्ट सांगावी वाटते. आपण मनाच्या स्वभावाचा विचार करत असताना मनाचा एक चांगला गुणधर्म आहे तोही आपण लक्षात घेतला पाहिजे, तो म्हणजे मनाला जर एखादी गोष्ट आवडली, एखादी गोष्ट पटली तर ते मन तिथेच रेंगाळतं, तर मग ह्या मनाला अभ्यासाची सवय लावा. सुरुवातीला जड जाईल, पण एकदा जर का मनाला पटलं तर नक्की ते अभ्यासात रमेल. तर मग, पटवा तुमच्या मनाला अभ्यासासाठी.

एकाग्रता साधण्यासाठी सूचना :-

१. मी एकाग्रता साधू शकत नाही असं कधीही म्हणू नका. तुम्ही सतत असं म्हटल्यामुळे तुमच्या मनाची ती धारणा होऊन जाईल. मग तुम्हाला एकाग्रता कधीच साधता येणार नाही. 'मी एकाग्रता साधू शकतो' असे म्हणून एकाग्रता साधण्यासाठी मनाला तयार करा.

२. ज्यावेळी तुम्हाला एखाद्या गोष्टीवर मन एकाग्र करण्याची गरज आहे त्या वेळी मनाला सतत सांगा की 'तुम्ही एकाग्रता साधू शकता.'

३. एखाद्या गोष्टीत प्रावीण्य मिळवण्यासाठी आपण जसे प्रशिक्षण घेतो तसेच एकाग्रता साधण्यासाठी मनाला प्रशिक्षण द्यावेच लागते.
एकदा मन प्रशिक्षित झाले की तुम्ही म्हणाल तेव्हा तुम्हाला एकाग्रता साधता येऊ शकते.

४. तुमचे मन जर काही गोष्टींमुळे विचलित झाले असेल तर तुमच्या मनात जे काही चालले आहे ते कागदावर लिहून काढा किंवा तुमच्यापेक्षा मोठी व्यक्ती- आई, बाबा, भाऊ, बहीण- घरात असेल तर त्यांना सांगून

टाका. कारण जोपर्यंत तुमचे मन रिकामे होणार नाही तोपर्यंत ते एकाग्रही होणार नाही. त्यामुळे दिवसभरात घडलेल्या गोष्टी ज्या तुमच्या मनात घर करून बसल्या असतील त्या संध्याकाळी अभ्यासाला बसायच्या आधी घरातील कोणाला तरी सांगून टाका, म्हणजेच मन रिकामं करा. ही सवय लावून घ्या. एक गोष्ट कायम लक्षात राहू द्या- 'मन रिकामं असेल तरच ते एकाग्र होऊ शकेल.' त्यामुळे रोज मन रिकामं करायला विसरू नका.

५. रोज किमान ५ ते १० मि. जरी ध्यान केले तरी एकाग्रता वाढण्यास मदत होईल. शेवटी ध्यान म्हणजे काय, तर मनात एकही विचार नसलेली स्थिती. मनात येणारे विचार स्वतःहून दूर करायला शिकणे म्हणजे ध्यान. एकदा ५ ते १० मि. ध्यान करता आले की अभ्यास करतानाही येणारे अवांतर विचार आपण स्वतःहून दूर करू शकू. कारण त्याची आपल्या मनाला सवय झालेली असेल. अवांतर विचार दूर केल्यावर एकाग्रता आपोआपच साधली जाईल.

विद्यार्थी मित्रांनो, लहानपणी स्वामी विवेकानंद खूप खोडकर होते. कायम दंगामस्ती करायचे. नरेंद्रची बुद्धी व स्मरणशक्ती लहानपणापासूनच खूप तीव्र होती. त्यामुळे शाळेत शिकवलेले लगेच समजत होते व लक्षातही रहात होते. खेळणे सगळ्या मुलांनाच आवडते, त्या प्रमाणे ते विवेकानंदानाही आवडत असे. पण ते खेळायला जायच्या आधी सगळा अभ्यास संपवत. ते त्यांना शक्य होते ते केवळ एकाग्रतेमुळे. तुम्ही मुलांनीसुद्धा विवेकानंदांना आदर्श मानले पाहिजे. खेळण्यास मुळीच हरकत नाही, परंतु पूर्ण एकाग्रतेने पहिल्यांदा त्या दिवसाचा अभ्यास पूर्ण करा आणि मग खेळा. यासाठी गरज आहे ती एकाग्रतेची.

ध्यान :

आजच्या विद्यार्थ्याची जीवनशैली पाहिली तर तो सकाळी उठतो, भर-भर आवरतो, शाळेत जातो, शाळेत ५ ते ६ तास वेगवेगळ्या विषयांचे पाठ, संध्याकाळी घरी आल्यावर परत क्लास, संध्याकाळी थोडाफार अभ्यास, टी. व्ही., खेळ या व्यस्त दिनचर्येत सकाळपासून रात्रीपर्यंत विद्यार्थ्यांच्या मनात असंख्य विचार, गोष्टी- जसे शिक्षकांचे शिकवणे, मित्रांबरोबर भांडण, मार्क कमी, होमवर्क अपूर्ण- असे बरेच काही चालू असते. त्याचे मन स्थिर नसतेच. या

मानसिकतेतच तो अभ्यासाला बसतो. त्यामुळे मन एकाग्र होत नाही. मन एकाग्र न झाल्यामुळे केलेला अभ्यास लक्षात रहात नाही.

विद्यार्थी मित्रांनो, यावर खूपच छान आणि योग्य उपाय आहे तो म्हणजे ध्यान. आजच्या विद्यार्थ्याला ध्यान म्हटले की लगेच साधू महाराज, जटाधारी व्यक्ती वगैरे डोळ्यासमोर येतात. 'आम्हाला त्याची काही गरज नाही' म्हणतात किंवा स्पष्टच सांगायचे तर त्याची लाज वाटते. 'आम्ही नाही ध्यान वगैरे करणार.' या विद्यार्थी मित्रांना मला सांगावे वाटते एकदा ध्यान म्हणजे काय आहे ते समजून घ्या मग ठरवा. खरं तर ध्यान करायचे म्हणजे काय करायचे? तर काहीच करायचे नाही. दुसरे, विद्यार्थी मित्रांनो, ध्यान करायला तुम्हाला कोणी काही शिकवायची सुद्धा गरज नाही. तुमचे तुम्हीच ते करू शकता, फक्त रोज १० ते १५ मि. वेळ तेवढा द्यावा लागतो.

विद्यार्थी मित्रांनो, ध्यान म्हणजे काय- तर मनात एकही विचार नसलेली मनाची स्थिती म्हणजे ध्यान. बघा, शरीर थकले की आपण शरीराला आराम देतो त्याचप्रमाणे आपल्या मनालाही आराम देणे गरजेचे असते.

विद्यार्थी मित्रांनो, आपले मन म्हणजे विचारांचा कारखाना असते. सतत काहीना काही विचार सुरूच असतात, त्यामुळे आपण एखाद्या गोष्टीवर मन एकाग्र करूच शकत नाही, कारण दुसऱ्या गोष्टीचे विचार मनात यायला सुरूवात होते.

ध्यान करताना आपण काय करतो? विचार येऊ देतो, पण त्या विचाराला लगेच दूर करतो. विचार येणार, आपण त्याला दूर करणार म्हणजे मनातून काढून टाकणार, असे करत राहिल्यावर एक वेळ येते त्यावेळी आपल्या मनात एकही विचार नसतो. ती स्थिती म्हणजेच ध्यान. म्हणजेच काय, तर मनात येणारे विचार मनातून बाहेर काढायला शिकणे म्हणजेच ध्यान. मग हे ध्यान कसे करायचे?

विद्यार्थी मित्रांनो, तुम्ही शाळा/कॉलेजमधून घरी आल्यावर हात-पाय स्वच्छ धुवून काही खाण्याच्या आधी ध्यान करायचे आहे. कारण थोडी भूक लागलेली असणे व शरीर थोडे थकलेले असणे हे ध्यानासाठी पूरक असते. ध्यानाला बसताना सैल कपडे घाला. कुठल्याही आसनात (पद्मासन) न बसता साधी मांडी घालून बसा. बसायला चटई घ्या. पूर्वेकडे तोंड करून बसावे. पहिले एक दोन मिनिटे डोळे बंद करून शांत बसा. नंतर लक्ष श्वासावर केंद्रित करा. श्वासाकडे लक्ष द्या. श्वास आत जातोय, बाहेर येतोय, त्याकडे लक्ष राहू द्या.

श्वास, उच्छ्वास खोलवर जातोय, असेच बसून राहा. हे करत असताना समजा, अशी जाणीव झाली की मनात काहीतरी वेगळेच विचार सुरू आहेत. अशावेळी मनातल्या मनात ॐ कार करा व परत श्वासावर लक्ष केंद्रित करा. १० ते १५ मिनिटे असेच बसून राहा. १० ते १५ हळूच डोळे उघडा, डोळे परत बंद करा, दोन्ही तळहात एकमेकावर जोरात घासा, दोन्ही डोळ्यांवर हात फिरवून संपूर्ण चेहऱ्यावर हात फिरवा. बघा, किती ताजेतवाने वाटते आहे.

थोडा वेळ थांबून काही तरी खा व नंतर अभ्यासाला बसा. आता तुम्हाला

पूर्वी एकाग्रता तसेच बैठक वाढवण्यासाठी वापरलेली पद्धत

विचार दूर करण्याची कला अवगत आहे. अभ्यास सुरू असताना वेगळे विचार मनात आले तर ते विचार दूर करा व बघा, व्यवस्थित होईल.

परीक्षेच्या काळात किंवा अभ्यास करताना जरी काही टेन्शन आले, काही वेगळे विचार मनात यायला लागले तर फक्त ४ ते ५ दीर्घ श्वास घ्या, मन आपोआप स्थिर व्हायला लागेल.

विद्यार्थी मित्रांनो, प्रत्येक व्यावसायिकाला त्याच्या कामाची गुणवत्ता वाढवण्यासाठी किंवा अगदी ते काम करण्यासाठी एकाग्रतेची आवश्यकता असते, मग तो व्यावसायिक सुतार, लोहार, चांभार , कारखान्यातील कामगार, अधिकारी, खेळाडू- अगदी कोणीही असोत- त्यांना एकाग्रता साधल्याशिवाय चांगले काम करता येऊच शकत नाही. त्याचप्रमाणे तुझ्या अभ्यासाचे आहे. चांगला अभ्यास करण्यासाठी, गुणवत्ता वाढवण्यासाठी एकाग्रताच आवश्यक आहे.

-0-0-0-

संस्कार दुसरा
वाचन

वाचन हे एक महत्त्वाचे अभ्यासकौशल्य आहे. जवळपास ७० % ज्ञान हे आपणास वाचून मिळते. वाचनातून आपल्याला शब्दबोध होत असतो. म्हणजेच शब्दाचा अर्थ समजतो. ही अकलनाची सुरुवात असते. पहिल्यांदा शब्दाचा अर्थ कळणे, नंतर वाक्याचा अर्थ समजणे, मध्यवर्ती कल्पना लक्षात येणे. शब्दाचे संदर्भानुसार अर्थ लक्षात येणे या सर्व गोष्टींसाठी वाचावे लागणारच आणि जोपर्यंत आपल्याला वाचलेले समजत नाही तोपर्यंत वाचनकौशल्य सुधारता येत नाही.

'ए, अरे काय धडा वाचत बसलाय? गाईड घे आणि सगळे प्रश्न- उत्तर पाठ करून टाक, धडा वाचण्यात कुठे वेळ वाया घालवतोस?' हे शाळा-कॉलेज-मधील विद्यार्थ्यांच्या तोंडी असलेले वाक्य. ही या विद्यार्थ्यांची वाचनाविषयीची आस्था!

बरं, अभ्यासाचे पुस्तकच वाचायला यांच्याकडे वेळ नाही. मग अवांतर वाचन तर दूरच राहिले. बातम्या वाचण्यासाठी पेपर तरी वाचतील म्हणावं तर टी.व्ही.वरील असंख्य चॅनेल व त्यावर २४ तास बातम्या सुरूच. त्यामुळे बातम्यांसाठी पेपर वाचणे दूरच. बाहेरगावी राहणाऱ्या नातेवाईकाचे पत्र आले तेवढे तरी वाचले म्हणावे तर मोबाईल, ई-मेल्स, एस.एम.एस. या सर्व गोष्टींमुळे पत्र पाठवणे वगैरे प्रकार यांना माहीतच नाही.

एकंदरीत काय, आजची मुले वाचनापासून दूरच. धड्यांचे वाचन नसल्यामुळे त्यांना काय काय अडचणींना सामोरे जावे लागते याची कल्पनाच नसते.

आजचा विद्यार्थी अभ्यास करतो. पण केलेला अभ्यास परीक्षेत लिहायला चुकतो. संकल्पना स्पष्ट नसतात. पाठांतरामुळे तो पास होतो, पण संकल्पनांचा उपयोग रोजच्या व्यवहारात करूच शकत नाही. म्हणजेच शिक्षणाच्या मुख्य हेतूलाच तडा.

आजचा विद्यार्थी वाचनापासून दूर जाण्याला टी.व्ही. , मोबाईल, इंटरनेट

या गोष्टी जशा कारणीभूत आहेत त्यापेक्षाही जास्त कारणीभूत आहे 'फक्त मार्कांना आलेले अवास्तव महत्त्व!' मार्क मिळवून ते डॉक्टर, इंजिनियर होतात पण समाजाचं देणं ते फेडू शकत नाहीत. कारण त्यांच्याकडे तेवढे ज्ञानच नसते. हे सगळं होतं ते केवळ वाचन संस्कृती टाळल्यामुळे. 'वाचाल तर वाचाल' हे या मुळेच म्हटलं गेलं.

आजच्या विद्यार्थ्याला परीक्षार्थी सोडून ज्ञानार्थी बनवायचे असेल तर त्याला पाठ्यपुस्तकाच्या वाचनाकडे वळवावे लागेल. पाठ्यपुस्तक न वाचल्यामुळे होणारे तोटे किंवा नुकसान याची त्याला जाणीव करून दिली तरी बस.

पाठ्यपुस्तक न वाचल्यामुळे विषयाची, त्या धड्याची व्याप्ती कळत नाही. वस्तुनिष्ठ प्रश्नांचा अभ्यास पूर्ण होत नाही, दोन संकल्पनांमध्ये काय संबंध आहे हे लवकर कळत नाही. परीक्षेमधे वेगळ्या पद्धतीने विचारलेल्या प्रश्नांचे उत्तर लिहिता येत नाही.

या अडचणी तर येतातच, त्याचबरोबर भाषेचा बारकावा कळत नाही. भाषेचे व्याकरण कळत नाही, एकाच शब्दाचे वेगळे अर्थ लक्षात न येणे. उदा. 'आईने पापड लाटले', 'रामूने रवीचे सगळे पैसे लाटले-' या ठिकाणी 'लाटले' या शब्दाचा दोन्ही वाक्यातला अर्थ वेगळा आहे. हे भाषेचे सौंदर्य कळण्यासाठी वाचण्याशिवाय दुसरा मार्गच नाही. एकंदरीतच, न वाचण्यामुळे विद्यार्थी ज्ञानापासून दूरच राहतो. शब्दभांडार कमी होते आणि शब्दभांडार कमी असल्यामुळे तो विद्यार्थी स्वतःला व्यक्त करू शकत नाही, म्हणजेच, त्याचे बोलणे कमी होते, तसेच सगळ्यात महत्त्वाचे म्हणजे लिखाण कमी होते.

विद्यार्थीदशेमधे विद्यार्थ्याला ज्या परीक्षा द्याव्या लागतात त्या लेखी किंवा तोंडी स्वरूपाच्याच असतात. वाचन नसल्यामुळे किंवा कमी असल्यामुळे त्याच्या लिखाणावर व बोलण्यावर तर परिणाम झालेलाच असतो; मग कोठून या विद्यार्थ्याला परिक्षेत मार्क पडणार?

काही विद्यार्थी धडे वाचतातही, पण जर धडा वाचून झाल्यावर धड्याचे सार काय आहे ते सांग म्हटले तर ते सांगताच येत नाही. एकदा एका वर्गात शिक्षकांनी काही मुलांना धडा वाचायला सांगितला व स्वतः दुसऱ्या कामात व्यस्त राहिले. दोन तीन मुलांनी धडा वाचला होता. सगळ्यांनी ऐकला होता. पण ज्यावेळी शिक्षकांनी वाचलेल्या धड्यावरील प्रश्न विचारले त्यावेळी बऱ्याच जणांना उत्तर देता आले नाही. नंतर शिक्षकांनी 'दुसरा धडा वाचून झाल्यावर मी

तुम्हाला प्रश्न विचारणार आहे.' असे सांगून धडा वाचायला लावला. एका विद्यार्थ्यांने धडा वाचल्यावरच शिक्षकांनी प्रश्न विचारायला सुरुवात केली तर बऱ्याच विद्यार्थ्यांनी बरोबर उत्तर दिले.

पहिल्यांदा ज्यावेळी तीनदा धडा वाचला त्या तीनही वेळीच्या वाचनाला काही हेतू नव्हता. शिक्षकांनी वाचायला सांगितले म्हणून ते वाचन चालू होते. दुसऱ्यावेळी जे वाचन झाले त्याला मात्र हेतू होता. कारण नंतर शिक्षक प्रश्न विचारणार होते, त्यामुळे वाचन व्यवस्थित झाले, विद्यार्थ्यांना समजले व त्यांना प्रश्नाची उत्तरेसुद्धा देता आली.

त्यामुळे मला विद्यार्थी मित्रांना सांगावेसे वाटते- जे काही तुम्ही वाचत आहात ते 'मी का वाचतो आहे?' हा प्रश्न स्वतःला विचारा, एकदा आपल्या वाचनाचा हेतू स्पष्ट झाला की आपोआपच वाचन चांगले होईल.

वाचन करत असताना पुढे काय लिहिले असेल याची उत्सुकता निर्माण झाली तर आपले सगळे लक्ष वाचनावर केंद्रित होते. आणि ज्यावेळी आपण लक्षपूर्वक वाचतो त्या वेळी काय लिहिले आहे हे आपल्याला पटकन समजते, म्हणजेच त्या गोष्टीचे आकलन आपल्याला लवकर होते.

विद्यार्थ्यांच्या अभ्यासातील अडचणी, पाठाचे आकलन, वस्तुनिष्ठ प्रश्नांचा अभ्यास, संकल्पनांचे आकलन या सर्व गोष्टींवर एकच उपाय आहे, तो म्हणजे धड्याचे एकाग्रतेने वाचन. धड्याचे एकाग्रतेने वाचन होण्यासाठी खूप सोपी पद्धत आपण वापरू शकतो. या पद्धतीला आपण नाव देऊयात 'वाचनाची त्रिसूत्री.'

वाचनाची त्रिसूत्री :

पहिले सूत्र – विद्यार्थ्यांनी कोणत्याही धड्याचे वाचन सुरू करण्यापूर्वी धड्याखाली जे प्रश्न दिलेले असतात ते प्रश्न जसे आहे तसेच वाचायचे. त्याला फार तर ५ मिनिटे लागतील.

दुसरे सूत्र – प्रश्न वाचून झाले की लगेचच सगळा धडा वाचायचा.

प्रश्न वाचून झाले की लगेचच, धडा वाचणे गरजेचे आहे. धडा खूप मोठा असेल तर तुम्ही आधी ठरवा, किती धडा वाचायचा आहे. ते ठरवल्यावर प्रश्न मात्र सगळे वाचायचे व नंतर धड्याचे वाचन करायचे.

तिसरे सूत्र – प्रश्न-उत्तरांचा अभ्यास करायचा.

या ठिकाणी विद्यार्थ्यांची जी काही पद्धत असेल ती तो वापरू शकतो.

वाचनात मग्न असलेला विद्यार्थी

प्रश्न–उत्तरांचा अभ्यास करत असताना समजा, आपण एखाद्या दीर्घोत्तरी प्रश्नाचा अभ्यास केला असेल तर वही-पुस्तक बंद करून, अगदी रफमधे आपल्याला ते उत्तर लिहिता येतं का ते बघितलं पाहिजे. लिहिता आलं चांगली गोष्ट, जर नाही लिहिता आले तर त्या प्रश्नाच्या उत्तराचा परत अभ्यास करणे गरजेचे आहे. कारण जर मला घरात त्या प्रश्नाचे उत्तर लिहिता आले नाही तर परीक्षेमधे टेन्शनच्या वातावरणात मला ते उत्तर लिहिता येणारच नाही.

या तीन सूत्रांपैकी पहिली दोन सूत्रं आपण काळजीपूर्वक वापरली असतील तर तिसऱ्या सूत्राला फारशी अडचण येत नाही.

या ठिकाणी होतं काय, आपण कोणत्याही विद्यार्थ्यांचा अभ्यास केल्यावर

हे लक्षात येतं की विद्यार्थी प्रश्नाचे उत्तर विसरतात, पण प्रश्न विसरत नाहीत. विद्यार्थी प्रश्न विसरत नाही ही आपल्यासाठी जमेची बाजू. म्हणून त्याला आधी प्रश्न वाचायला सांगीतले. धडा वाचत असताना ज्या समासात एखाद्या प्रश्नाचे उत्तर असेल तेवढा भाग विद्यार्थी बरोबर एकाग्रतेने वाचेल. कारण त्याला आठवेल, अरे, अमुक एका प्रश्नाचे हे उत्तर आहे. जेवढे उत्तर असेल तेवढे बरोबर एकाग्रतेने वाचतो. आणि आपण ज्यावेळी एकाग्रतेने वाचतो त्यावेळी वाचलेले विसरण्याचे प्रमाण कमी होते. तिसऱ्या सूत्रात त्यांना आपण परत प्रश्न- उत्तरांचा अभ्यास करायला सांगतो आहोत, उत्तर लिहून पाहायला सांगतो आहोत. या सर्व गोष्टींमुळे अभ्यास हा पक्का होत जातो.

गणित – भूमितीचा अभ्यास करताना वाचनाची त्रिसूत्री आपल्याला थोड्या वेगळ्या पद्धतीने वापरायची आहे.

‘गणिताचा अभ्यास कर’ असं विद्यार्थ्यांना सांगितल्यावर ते लगेच गणित सोडवायला बसतात, काही गणितं सुटतात, काही चुकतात. काही गणितं सोडवताच येत नाहीत. ही अडचण येण्याचंही मुख्य कारण वर्गात शिक्षकांनी गणिताच्या संकल्पना शिकवल्यानंतर परत त्या संकल्पनांना उजळणी दिली जात नाही. किंवा वर्गात शिक्षक शिकवत असताना लक्ष नसते. त्यामुळे जेवढं आठवतं तेवढ्याच माहितीवर गणित सोडवण्याचा प्रयत्न करणे. यामुळे काही गणितं सुटतात, काही चुकतात, काही येतच नाही आणि खापर फुटते गणितावर, ‘गणित विषयच अवघड आहे.’

या अडचणीवर खूप सोप्या पद्धतीने आपण मात करू शकतो.

पहिली पायरी :– समजा, आपल्याला पाचव्या धड्यातील उदाहरण संग्रह ५.१ सोडवायचा आहे. त्यात समजा १० गणितं आहेत. आधी त्या उदाहरण संग्रहाच्या सुरुवातीला जे काही स्पष्टीकरण दिले असेल ते वाचायचे. समजा, नाही समजलं तर परत वाचायचे. ही झाली आपली पहिली पायरी.

दुसरी पायरी :– दुसऱ्या पायरीमध्ये, स्पष्टीकरण वाचून झाल्यानंतर नमुना गणितं जी काही असतील ती लिहून काढायची. नमुना गणितं लिहूनच काढायची आहेत, वाचायची नाहीत.

तिसरी पायरी :– यात उदाहरणसंग्रह सोडवायला सुरुवात करायची.

संग्रहात समजा १० गणितं आहेत, त्यातली नक्कीच ७ ते ८ गणितं आपल्याला सुटतील. जी गणितं सुटणार नाहीत ती ज्या पायरीपर्यंत आपल्याला सोडवता येतात त्या पायरीपर्यंत सोडवायची व सोडून द्यायची.

या नंतर ५.२ उदाहरण संग्रह आपल्या पद्धतीने सोडवायला घ्यायचा - पायरी १,२ व ३. यातही जी गणितं सुटणार नाहीत, ती ज्या पायरीपर्यंत सोडवता येतात तोपर्यंत सोडवायची व सोडून द्यायची.

या नंतर उदाहरण संग्रह ५.१ मधील जी गणितं आपण अर्धवट सोडली होती ती सोडवायचा प्रयत्न करायचा, ती सुटतात. जर नाही सुटली तरच शिक्षकांची मदत घ्यायची. या पद्धतीने वाचन आणि अभ्यास केल्यास अभ्यासातील बऱ्याच अडचणी दूर होतात.

विद्यार्थी मित्रांनो, गरज आहे ती फक्त वाचनाची.

वाचन कौशल्य सुधारण्यासाठीः

* वाचताना डावीकडून उजवीकडे व वरून खाली अशी नजर फिरवण्याची सवय असावी.
* चांगले वाचक एका नजरेत २ - ३ शब्द किंवा ३ ते ३.५ से.मी. लांबीचा मजकूर वाचू शकतात.
* मोठ्याने किंवा मनात वाचत असताना शब्दोच्चार करणे.- यामुळे वाचनाची गती कमी होते. मनात शब्दोच्चार न करता नुसते नजर फिरून वाचन केले पाहिजे.
* मोठ्याने वाचन केल्यामुळे लक्षात राहते ही चुकीची कल्पना आहे.
* वाचलेले लगेच आकलन होण्यासाठी आपला शब्दसंग्रह चांगला असावा लागतो.
* आपण काय वाचतोय ते चित्र स्वरूपात डोळ्यासमोर आणायचे. असे केल्यामुळे आपण काय वाचतो ते आपल्या मनात पक्के बसते.
* एकदा वाचून जर लक्षात आले नसेल तर दुसऱ्या कोणला तरी ते मोठ्याने वाचायला सांगायचे व आपण नुसते ऐकायचे. ते झाल्यावर आपण परत वाचायचे. लक्षात यायला सोपे जाते.
* परत-परत वाचणे - एकदा वाचून झाल्यावर ते परत वाचल्यावर संकल्पना लवकर समजतात व पक्क्या होतात. वाचलेले कळल्यामुळे वाचनाची

आवड निर्माण होते.

❊ वाचनाची गती वाढवण्यासाठी वाचलेले परत परत वाचून बघायचे हा एक चांगला उपाय आहे.

विद्यार्थी मित्रांनो, खालील इंग्रजी वाक्य कायम लक्षात ठेवा.

READ, READ, READ AND LEAD!

$$-0-0-0-$$

संस्कार तिसरा

श्रवण

असं म्हणतात, उत्तम वक्ता व्हायच असेल तर प्रथम उत्तम श्रोता होता आलं पाहिजे. एखादी गोष्ट आपण जर लक्षपूर्वक ऐकली तर ती आपल्या लगेच लक्षात येते किंवा त्याचे आपल्याला लगेच आकलन होते.

ज्या गोष्टी आपल्या फायद्याच्या आहेत किंवा ज्याची आपल्याला आवड आहे ते आपल्याला लवकर ऐकू येते आणि त्याच्या विरुद्ध ज्याची आपल्याला आवड नाही किंवा जे आपल्याला टाळायचं आहे ते आपल्याला ऐकूच येत नाही. असे किस्से आपल्या बाबतीतही घडत असतात. घरात आई आपल्याला काहीतरी काम सांगत असते, एकदा-दोनदा सांगते, मग ती चिडते त्यावेळी आपण म्हणतो, अगं आई मला ते ऐकूच नाही आलं, त्या उलट आईने काही खायला केले असेल ते खाण्यासाठी आवाज दिला किंवा बाहेर जाऊन काही आणण्यासाठी आवाज दिला तर तो आपल्याला लगेच ऐकू येतो.

शाळेतही तसेच, आवडीच्या विषयाकडे किंवा त्या शिक्षकांकडे आपण लक्ष देऊन ऐकतो व जो विषय आपल्याला आवडत नाही त्या विषयाच्या शिक्षकांच्या शिकवण्याकडे आपण फारसे लक्षच देत नाही. त्यामुळे ते शिक्षक काय शिकवतात ते आपल्याला कळतच नाही. आणि तो विषय अजून अवघड होऊन बसतो आणि त्या विषयाला आपण कायमचा 'अवघड' हा शिक्का मारून टाकतो.

आपण लहान बाळाच्या बाबतीत बघितलं तर त्याची आई व वडील किंवा घरातले इतर लोक जसे बोलतील किंबहुना जसे ते बाळ ऐकेल तसेच ते बोलायचा प्रयत्न करते. आई त्याला शिकवताना बा बा बा बा असे म्हणत जाते. एक दिवस ते बाळ बाबा म्हणायला लागते. आणि ज्या बाळाला ऐकू येत नाही किंवा कमी ऐकू येतं त्याच्या बोलण्यावर, एकूणच वागण्यावर परिणाम झालेला दिसतो.

याच एका अगदी छोट्या मुद्द्याकडं आपण जर बघितलं तर ऐकण्यातून

आपण बरंच काही शिकत असतो. त्यामुळे विद्यार्थी मित्रांनो, तुम्हाला जर मोठे व्हायच असेल तर सगळ्या गोष्टी लक्षपूर्वक ऐकायला शिका.

आपली श्रवणक्षमता वाढवण्यासाठी एक मजेशीर प्रयोग आपण करू शकतो. एखाद्या सुट्टीच्या दिवशी बागेत जाऊन बसायचे व शांतपणे आपल्याला कोणते आवाज ऐकू येतात हे बारकाईने लिहून काढायचे. हे आवाज ऐकत असताना डोळे बंद करून बसायचे. सुरुवातीला एक दोन दिवस फक्त आवाज लिहायचे, नंतर आवाज कशाचा आहे ते लिहायचे. उदा. गाडीचा आवाज, नंतर बसचा, ट्रकचा, जीपचा इ; पक्ष्यांचा आवाज, नंतर, कावळा, चिमणी, पोपट इ.; माणसांचा आवाज, पुरुष, स्त्री, मुलगा, मुलगी, इ.; हा प्रयोग करत असताना आपल्याला बारकाईने आवाज ऐकण्याची सवय होईल, तसेच आवाजांमधला फरक लक्षात यायला लागेल. आणि मुख्य म्हणजे आवाज कळण्यासाठी किती शांत बसावे लागते हे कळेल. हेच आपण वर्गात शिक्षक शिकवताना केले, की आपल्याला शिक्षक काय शिकवतात हे लवकर लक्षात येईल व ते आपल्याला समजेल. एकदा शिक्षकांनी शिकवलेले आपल्याला समजले, की त्या विषयाची आवड निर्माण होईल. मग काय, विद्यार्थी मित्रांनो, करणार ना मी सांगितलेला प्रयोग?

एकलव्याची गोष्ट –

द्रोणाचार्यांनी एकलव्याचा शिष्य म्हणून स्वीकार करण्याला नकार दिल्यानंतर एकलव्य द्रोणाचार्यांचा मातीचा पुतळा समोर ठेवून धनुर्विद्येची साधना करू लागला. एकदा द्रोणाचार्य शिकारीसाठी जंगलात गेले असताना त्यांचा शिकारी कुत्रा शिकारीच्या शोधात पुढे गेला, कुत्र्याला साधना करणारा एकलव्य दिसला. तो कुत्रा जोरात भुंकायला लागला. साधनेत व्यत्यय आणणाऱ्या कुत्र्याच्या तोंडात आवाजाच्या दिशेने सात बाण मारून एकलव्य त्या कुत्र्याचे भुंकणे बंद करतो. कुत्रा तोंडात फसलेल्या बाणांसह द्रोणाचार्यांसमोर येतो, द्रोणाचार्य त्या कुत्र्याच्या तोंडातील बाण काढतात. कुत्र्याच्या तोंडात कुठेही जखम झालेली नसते. आवाजाच्या दिशेने बाण मारून कुत्र्याला थोडीसुद्धा जखम न होऊ देता कुत्र्याचे तोंड बंद करणारा कोण श्रेष्ठ धर्नुधारी आहे हे पाहण्यासाठी द्रोणाचार्य येतात. तो एकलव्य असतो.

विद्यार्थी मित्रांनो, या ठिकाणी एकच गोष्ट सांगावी वाटते– लक्षपूर्व

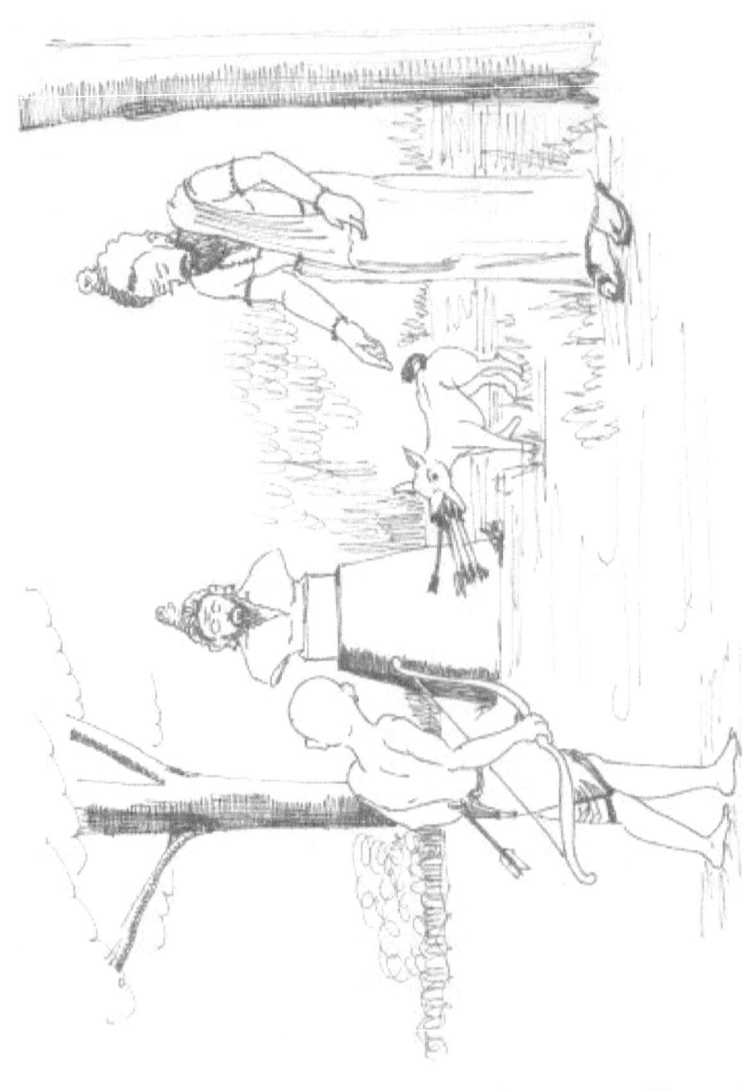

आवाजाच्या दिशेने कुत्र्याच्या तोंडात बाण मारून त्याला इजा न करता त्याचे भुंकणे बंद करणारा एकलव्य

ऐकले तर काय करता येऊ शकते. एकलव्य, राजा दशरथ यांनी लक्ष्यभेदी बाण मारण्याची विद्या अवगत करून घेतली होती ती फक्त लक्षपूर्वक ऐकण्याने.

आपल्याला राजा दशरथ किंवा एकलव्य यांचा आदर्श समोर ठेवून आपले आई, वडील, आपले शिक्षक आपल्याला ज्या गोष्टी सांगतात त्या जरी आपण लक्षपूर्वक ऐकल्या तर आपणही खूप काही अवगत करू शकतो. गरज आहे ती लक्षपूर्वक ऐकण्याची.

चांगला संवाद होण्यासाठी दोन गोष्टी आवश्यक आहेत. एक- समोरचा काय सांगतो आहे ते समजून घेता आले पाहिजे आणि दुसरे- आपल्याला ते दुसऱ्याला चांगल्या पद्धतीने सांगता आले पाहिजे. त्यामुळे महत्त्वाचे काय आहे तर समोरचा काय सांगतो ते आपण कसे ऐकतो.

श्रवण सुधारण्यासाठी काही सूचना –

* अगदी मनापासून, पूर्ण एकाग्रतेने समोरची व्यक्ती काय सांगते ते ऐका.
* समोर बोलणाऱ्या व्यक्तीबरोबर दृष्टीसंपर्क ठेवा. बोलणाऱ्याच्या देहबोली- कडे वाक्यातील-शब्दातील चढउतारांकडे लक्ष राहू द्या.
* समोरची व्यक्ती जे सांगते आहे, हे मला माहीत आहे असे विचार मनात आले तर, शरीराची बसण्याची स्थिती थोडी बदला आणि परत बोलणाऱ्याकडे लक्ष केंद्रित करा.
* स्वतःचे कुठलेही अनुमान न काढता ऐका. किंवा पूर्वग्रह ठेवून ऐकू नका.
* Day-dreaming करत बसू नका.
* समोरची व्यक्ती बोलत असताना मध्येच प्रश्न विचारू नका. त्यांचा मुद्दा संपूर्ण ऐकून घ्या. मगच विचारा.
* तुम्हाला जर काही समजले नसेल तर स्पष्ट विचारा. शंका विचारायचा संकोच करू नका.
* समोरची व्यक्ती बोलत असताना नुसतेच शब्दांचे अर्थ लक्षात न घेता वाक्यातील छुपे अर्थ लक्षात घ्यायचा प्रयत्न करा.
* समोर बोलणाऱ्या व्यक्तीच्या देहबोलीकडे, आवाजातील चढउताराकडे, चेहऱ्यावरील हावभावाकडे नीट लक्ष असू द्या. कारण तोंडातून निघालेल्या वाक्यांपेक्षा त्याच्या देहबोली, हावभाव, आवाजाचा चढउतार या गोष्टींतून तुम्हाला जास्त अर्थ कळणार आहेत.

शांतपणे शिक्षकांचे म्हणणे ऐकून घेणारा विद्यार्थी

* वाक्याच्या मुख्य मुद्द्यांची नोंद करा.

तुम्ही ऐकता आहात, की श्रवण करता आहात? ऐकण्यासाठी फक्त कान पुरेसे आहेत. पण तुम्हाला जर श्रवण करायचे असेल तर कानाबरोबर डोळे, लक्ष आणि हृदय यांचाही उपयोग करावा लागेल. तरच चांगले श्रवण होईल.

ऐकण्यासाठी वेगळे काही करण्याची गरजच नसते. ऐकणे ही आपोआप घडणारी क्रिया आहे. बाहेरील सगळे आवाज आपल्या कानावर पडतातच आणि ते आपल्याला ऐकू येतात. त्यासाठी आपण काही करत नाही. परंतु श्रवणाला एक विशिष्ट उद्देश असतो. काहीतरी उद्देश असल्याशिवाय श्रवण होऊच शकत नाही.

विद्यार्थी मित्रांनो, वर्गात शिक्षक शिकवताना तुम्ही काय करता हे खरंच आठवा. तुम्ही शिक्षकांकडे खरंच लक्ष देता का? तुम्ही जर लक्ष देत असाल तर तुम्हाला सगळं समजतच असेल. मला इथे एक मुद्दा सांगावासा वाटतो- विद्यार्थी मित्रांनो, तुम्हाला एखादा पाठ / धडा शिकवायचा म्हणून शिक्षकांनाही त्या पाठाचा अभ्यास करावाच लागतो. किंबहुना, त्या पाठाचा अभ्यास केल्याशिवाय शिक्षक तुम्हाला शिकवूच शकत नाहीत. शिक्षकांनी जो काही अभ्यास केला तो तुम्हाला फक्त ऐकायचा आहे. म्हणजेच काय, तर ऊस नाही खायचा, तुम्हाला उसाचा रस प्यायचा आहे, फक्त तो रस आनंदाने प्या. कारण रसाचा ग्लास हातामध्ये येइपर्यंत बऱ्याच जणांना कष्ट पडले असतात. शेतकरी आहे, त्याने लागवड केली, १२ महिने ऊस वाढवला, त्याला खत-पाणी दिले, ऊस तोडणारे आहेत, उसाची वाहतूक करणारे आहेत. आणि शेवटी गुऱ्हाळवाला आहे, तुम्हाला रस द्यायचा म्हणून तो किती तरी वेळा तो ऊस गुऱ्हाळात टाकेल आणि शेवटी रसाचा ग्लास तुमच्या हातात येतो.

तुम्ही शिक्षण घेत आहात, आईने तुम्हाला जन्म दिला, खाऊपिऊ घातले, मोठे केले, वडिलांनी सर्व सुविधा उपलब्ध करून दिल्या, शिक्षक तुम्हाला अभ्यास करून शिकवतात. तुम्हाला फक्त आस्वाद घ्यायचा आहे, तो फक्त मनापासून घ्या. कारण तुम्हालाही मोठं करण्यासाठी बऱ्याच जणांना कष्ट पडले आहेत. त्यामुळे आजपासून मनाशी पक्का निश्चय करा. तुम्ही आई-वडील आणि शिक्षकांनी सांगितलेले गोष्टींचे मनापासून श्रवण करा, नुसतेच ऐकू नका.

-0-0-0-

संस्कार चौथा
निरीक्षण

माणूस प्रत्येक गोष्ट फक्त वाचण्यातून किंवा ऐकण्यातूनच शिकतो असे नाही, तर बऱ्याच गोष्टी तो निरीक्षणातूनही शिकत असतो. अभ्यासा संदर्भात बोलायचं झालं तर चांगल्या निरीक्षणातून सगळ्यात आधी काय सुधारते तर आपले भाषेचे व्याकरण. ऱ्हस्व का दीर्घ? ज्यांचे निरीक्षण खूप चांगले आहे त्यांच्या शुद्धलेखनाच्या चुका कमी झालेल्या असतात. दुसरी गोष्ट- चित्रकला. जर आपले निरीक्षण चांगले असेल तरच चांगले चित्र काढता येईल. जरी आपल्याला चित्रकार व्हायचे नसले तरी विज्ञानामधील आकृत्या, भूगोलामधील नकाशे यांच्या अभ्यासासाठी निरीक्षण चांगलेच असावे लागते. मी तर विद्यार्थ्यांना सांगतो, विज्ञानाचा अभ्यास- त्यात तो जर जीवशास्त्राचा असेल तर- तो फक्त आकृत्या काढूनच करा. कारण एकदा आकृती समजली, लक्षात राहिली की त्या आकृतीचे वर्णन आपण स्वतः आरामात करू शकतो.

गणितामधील त्रिमिती संकल्पना लक्षात घेण्यासाठीसुद्धा निरीक्षण चांगलेच असावे लागते. ज्याचे निरीक्षण चांगले असते त्याचे त्रिमिती ज्ञान किंवा संकल्पनाचे आकलन चांगले असते. याचा संबंध मूलभूत गणिती संकल्पना समजण्यासाठी होतो. म्हणजेच निरीक्षणाचा उपयोग गणितातही होतो.

म्हणजेच काय, तर अभ्यासप्रक्रियेचा निरीक्षण हा सुद्धा एक अविभाज्य भाग आहे. त्याकडे काळजीपूर्वक लक्ष दिले पाहिजे. लहान मुलांना चांगले निरीक्षण करण्याची सवय आपण लहानपणीच लावू शकतो. अगदी पेपरमध्ये येत असलेल्या दोन चित्रांमधील फरक ओळखा हे सोडवण्यापासून, ते रस्ता शोधणे या छोट्या छोट्या गोष्टींमधून निरीक्षण हा संस्कार मुलांवर करू शकतो. मोठ्या मुलांनी एखादी आकृती एकदाच पाहून झाल्यावर ती आकृती परत काढून बघण्याचा सराव करावा, किंवा अगदी रस्त्याने जाता येता आपल्याला कशाचे दुकान लागते, कोणते होर्डिंग बघितले या सारख्या याद्या बनवून आपण आपली

निरीक्षण-क्षमता वाढवू शकतो.

समाजामधे वावरत असताना समोरच्या व्यक्तीच्या चेहऱ्यावरचे हावभाव सुद्धा आपल्या लवकर लक्षात यावे लागतात. यासाठी सुद्धा चांगल्या निरीक्षणाची गरज असते. आपल्याला समोरच्या व्यक्तीचा चेहरा वाचता आला पाहिजे, कारण प्रत्येकाचा चेहरा म्हणजे त्याच्या व्यक्तिमत्त्वाचे प्रतिबिंबच असते. समोरच्या व्यक्तीचा चेहरा वाचण्याचे काम फक्त उत्तम निरीक्षकच करू शकतो.

विद्यार्थी मित्रांनो, चांगले निरीक्षण करणे हा आपल्या व्यक्तिमत्त्वातला एक पैलू आहे, तो पैलू जाणीवपूर्वक पाडून घ्या आणि स्वतःला विकसित करा.

निरीक्षण कसे सुधारावे?

प्रत्येक प्राणिमात्राला देवाने निरीक्षणाची देणगी दिलेली आहे. पण त्या निरीक्षणक्षमतेचा उपयोग प्राणी आणि पक्षी जेवढा करतात तेवढा मनुष्यप्राणी करताना दिसत नाही. मनुष्यप्राण्यात सुद्धा कोणाची निरीक्षणक्षमता खूप छान असते तर कोणाची कमी असते. निरीक्षणक्षमता कमी असते म्हणजे तिचा वापर कमी केलेला आढळतो.

प्राणी आणि पक्ष्यांचं बघितलं तर जंगलात संकटाची चाहूल लागताच कावळा काव-काव करतो व इतरांना सावध करतो. माकड सुद्धा चि-चि करून जोरजोरात फांद्यावर उड्या मारते. संकटाची त्यांना चाहूल लागते ती चांगल्या निरीक्षणामुळे. असं म्हणतात, 'घार उडते आकाशी, लक्ष तिचे पिल्लापाशी.' घार कितीही उंच असली तरी तिच्या पिल्लावर तिचे लक्ष असते. पिल्लावर संकटाची चाहूल लागताच ती लगेच खाली येते. घारीला तिचे भक्ष्य सुद्धा खूप उंचावरून दिसते, काही कळायच्या आत घार खाली येऊन भक्ष्य घेऊन जाते. शेतकऱ्यांसाठी निसर्गात होणाऱ्या बदलांचे खूप छान निरीक्षण 'सहदेव-भाडळी' या पुस्तकात आढळते. त्यातले एक निरीक्षण बघा – 'माथा चमके बिजली – उत्तर छुटे बाव, सहदेव कहे भाडळी से बछडा घरमे लाव.' म्हणजे काय, तर डोक्यावर वीज चमकली आणि उत्तरेकडून वारा सुरू झाला तर खूप जोरात पाऊस लगेचच सुरू होणार आहे. गायी वासरं गोठ्यात आणून बांधा.

विद्यार्थी मित्रांनो, मला तुम्हाला एकच सांगावेसे वाटते- अभ्यासातील प्रत्येक गोष्टीकडे खूप बारकाईने बघा. कारण प्रत्येक गोष्टीत काही ना काही अर्थ दडलेला आहे.

दुर्बिणीने निरीक्षण करणारा विद्यार्थी

निरीक्षण क्षमता वाढवण्यासाठी काही कानगोष्टी –

१.   डोळे आणि कान कायम सतर्क ठेवणे.

२.   दैनंदिन जीवनाकडे खूप स्पष्टपणे बघण्याची सवय लावणे.

३.   लोकांच्या चेहऱ्यावरील हावभाव, देहबोली, त्यांच्या मनात काय चालले आहे हे जाणून घेण्याचा प्रयत्न करा.

४. तुम्ही जे काही बघत आहात ते चौकस बुद्धीने पाहा. त्या संदर्भात प्रश्न निर्माण करा, प्रश्न विचारा, उत्तरे शोधा.

५. नावीन्याचा ध्यास घ्या.

६. कुठलीही गोष्ट मनात पूर्वग्रह ठेवून बघू नका.

७. तुम्ही केलेले निरीक्षण इतरांना सांगा किंवा लिहून ठेवा.

८. निरीक्षणक्षमता वाढवण्यासाठी रोज केलेले ध्यानही उपयोगी पडते.

निरीक्षण म्हणजे खरे तर बुद्धीचे कौशल्यच असते. तुम्ही तुमच्या ज्ञानेंद्रियांचा पुरेपूर उपयोग करून, एखाद्या गोष्टीविषयी संपूर्ण माहिती गोळा करणे, तसेच त्याचा तुलनात्मक अभ्यास करणे, कारणमीमांसा- या सर्व गोष्टी एकत्र केल्या म्हणजे खऱ्या अर्थाने आपण निरीक्षण केले. उदाहरणच द्यायचे म्हटल्यावर, हा मोबाईल आहे हे झाले. त्या मोबाईलकडे पाहाणे. परंतु हा मोबाईल कोणत्या कंपनीचा, पांढऱ्या रंगाचा, टच स्क्रिन, डबल सिम, कसा आहे- हे झाले त्या मोबाइलचे निरीक्षण.

पाहताना आपण फक्त डोळ्यांचा उपयोग करतो, परंतु निरीक्षण करताना डोळे तसेच मेंदूचा उपयोग करावा लागतो.

या ठिकाणी एक गोष्ट सांगावी वाटते. एकदा एक खूप नावाजलेला बहुरूपी आपली कला सादर करण्यासाठी दिल्लीत आला होता. त्याची कला बघण्यासाठी खूप गर्दी व्हायची. एकदा बादशहालाही वाटले आपण त्याची कला पाहावी. बादशहासमोर त्या बहुरूप्याने बैलाची भूमिका घेतली. लोक त्याची परीक्षा घेत होते. कोणी म्हणजे, शिंगे हलव, कोणी म्हणत होते, माती उकर, तो ते करून दाखवत होता. त्या गर्दीमध्ये एक मुलगा होता. तो काकडी खात होता. त्या मुलाला वाटले आपणही या बहुरूप्याची परीक्षा घ्यावी. त्याने अर्धवट खाल्लेली काकडी त्या बैलाला- म्हणजेच त्या बहुरूप्याला- फेकून मारली, काकडी अंगाला लागताच, बैल जशी कातडी हलवतो तशी त्या बहुरूप्याने कातडी हलवली हे पाहून त्या मुलाला खूप आनंद झाला. त्या बहुरूप्याने त्या मुलाचे कौतुक करून त्याला बादशहाकडे घेऊन गेला. आणि बादशहाला सांगितले- 'सगळ्यांनी माझी परीक्षा घेतली पण या मुलाने माझी खरी परीक्षा घेतली आहे. हा मुलगा पुढे कुणीतरी मोठा होणार.' मग राजाने त्या मुलाची जबाबदारी आपल्या अंगावर घेतली. तो मुलगा म्हणजेच अकबर बादशहाच्या नवरत्नांपैकी एक- बिरबल- होय.

बहुरुप्याची परीक्षा घेण्यासाठी काकडी फेकून मारणारा मुलगा

विद्यार्थी मित्रांनो, बिरबल खूप बुद्धिमान होता, तसेच त्याचे निरीक्षणही खूप छान होते. म्हणूनच मी तुम्हाला सांगतो, निरीक्षण करायचे म्हणजे काय तर 'तुमचे लक्ष केंद्रित करा आणि बुद्धीचा उपयोग करा.'

निरीक्षण करताना मन, कान व डोळे या ज्ञानेंद्रियांनीच करायचे असते. चांगल्या निरीक्षणासाठी ज्ञानेंद्रिय निकोप, मन निग्रही आणि वृत्ती ज्ञानपिपासू असायला हवी. निरीक्षण निरागसतेने व ज्ञानसंपादनाच्या हेतूने केले तरच ज्ञानवृद्धी होते किंवा त्यालाच निरीक्षण म्हणता येईल.

$$-0-0-0-$$

संस्कार पाचवा
मनन

अभ्यासात सगळ्यात महत्त्वाची गोष्ट आहे ती मनन. वाचन, श्रवण, निरीक्षणानंतर येणारी ही पायरी म्हणजे खरं तर आपल्या सगळ्या अभ्यासाची पोचपावतीच असते. आपण जे काही वाचतो, ऐकतो त्याचे आपल्याला आकलन झाले आहे का नाही ते आपल्याला मनन केल्याशिवाय लक्षातच येत नाही.

आजच्या विद्यार्थ्यांकडे पाहिले किंवा त्यांची अभ्यासाची पद्धत पाहिली की लक्षात येतं ते फक्त 'वाचन कर' म्हटलं की वाचन फक्त संपवतात, पण मी वाचलेले माझ्या किती लक्षात आहे? मी वाचले, पण ते मला समजले का? मी वाचले त्याचे मला आकलन झाले का? हे तपासून पाहातच नाहीत.

मी अभ्यास करतो, पण नेमके परीक्षेच्या वेळी मी विसरतो. ही बऱ्याच विद्यार्थ्यांची अडचण आहे. तो अभ्यास करतो का? तर करतो. पण केलेला अभ्यास परीक्षेत उतरवायला चुकतो. विद्यार्थ्यांची ही जी अडचण आहे त्याचे एकच उत्तर आहे ते म्हणजे मनन.

थोडक्यात, मनन म्हणजे काय तर आपण जो अभ्यास केलेला आहे, तो आठवून पाहाणे. म्हणजे खरंच आपल्या ते लक्षात आले आहे का? त्याचे आपल्याला आकलन झाले आहे का? आपल्याला जर सगळं व्यवस्थित आठवलं तर अभ्यास आपल्या लक्षात आहे किंवा त्याचे आपल्याला आकलन झाले असे म्हणता येईल. परंतु अभ्यास केल्यानंतर एकदाच आठवून पाहिले म्हणजे झाले असे नसून, वारंवार आपण ते आठवून पाहिले पाहिजे– याला आपण मनन म्हणणार.

वर उल्लेखल्याप्रमाणे विद्यार्थी अभ्यास करतो पण तो ते परीक्षेत लिहायला चुकतो. मला वाटतं, विद्यार्थ्यांची हीच अडचण सगळ्यात मोठी आहे. कारण होतं काय, या विद्यार्थ्यांने केलेला अभ्यास जर त्याला परीक्षेत उतरवता आला नाही, तर त्याला परीक्षेत मार्क कमी पडतात. यामुळे या विद्यार्थ्यांची मानसिकता बनते की ''कितीही अभ्यास केला तरी मार्क पडत नाहीत ना, मग अभ्यास

शांतपणे केलेल्या अभ्यासाचे मनन करणारा विद्यार्थी

करायचा कशाला?'' आणि मग हा विद्यार्थी अभ्यास टाळायला सुरुवात करतो.

आजच्या विद्यार्थ्यांना आपण ज्यावेळी वाचन, मनन, या गोष्टींबद्दल बोलतो त्यावेळी त्यांचं एकच उत्तर असतं 'एवढ सगळं करण्यासाठी माझ्याकडे वेळ कुठे आहे?' मला या विद्यार्थ्यांना सांगावेसे वाटते, तुमच्याकडे कितीही कमी वेळ असला तरी जो काही अभ्यास तुम्ही करता आहात तो अभ्यास पक्का करण्यासाठी मनन करणे गरजेचे आहे. केलेला अभ्यास पक्का झाला नाही तर वर

सांगितलेल्या अडचणी येणारच आहेत.

तसं पाहिलं गेलं तर मनन करण्यासाठी वेगळा वेळ काढण्याची गरज नाही. अभ्यास झाल्यावर पहिल्यांदा फक्त एकदाच ठरवून आपण आठवून बघायचं. नंतर मात्र आपण शाळा, कॉलेज मधे चाललोय, स्कूल बसमध्ये नुसतं बाहेर बघत बसण्यापेक्षा आपण काय अभ्यास केला ते आठवू शकतो. झोपण्यापूर्वी किंवा अगदी ज्यावेळी तुम्हाला बोअर होतंय असं वाटतं त्या वेळी फक्त अभ्यास आठवून बघा. ऑफ तासामधे उगीच गप्पा मारत बसण्यापेक्षा आपण मनन करू शकतो. आपण आठवण्याच्या प्रयत्न करत असताना जर काही आठवलं नाही तर घरी आल्यावर पहिल्यांदा ते वाचून घ्या.

मनन करण्याच्या बाबतीत एक गफलत मुलं करताना दिसतात. त्यांना वाटते, आपण अभ्यास केलेला किंवा वाचलेला प्रत्येक शब्दन शब्द मनन करताना आठवला पाहिजे. जर काही आठवलं नाही तर यांचा लगेच आत्मविश्वास कमी होतो. 'मी अभ्यास करतो पण मला आठवत नाही.' मला या विद्यार्थ्यांना सांगावेसे वाटते, मनन करताना आपल्याला शब्दन-शब्द आठवण्याची गरजच नाही, मुख्य संकल्पना काय आहे किंवा आपण जे काही वाचले, जो काही अभ्यास केला आहे त्याचे सार जरी आठवले तरी खूप झाले.

मनन करणे आणि उजळणी (रिव्हिजन) करणे या दोन गोष्टी परत वेगळ्या आहेत. मनन करताना आपण केलेला अभ्यास, केलेली उजळणी आठवून बघणार आहोत. तर उजळणी करणे म्हणजे पुस्तक समोर घेऊन त्या संकल्पनेचा आपण परत अभ्यास करणार आहोत. म्हणजेच, केलेला अभ्यास आपण वाचून घेणार आहोत.

मनन केल्यामुळे केलेला अभ्यास लक्षात आहे का नाही हे तर आपल्याला कळतेच, शिवाय केलेला अभ्यास लक्षात आहे म्हटल्यावर आपला आत्मविश्वासही वाढतो- जो आपल्या संपूर्ण अभ्यासासाठी गरजेचा आहे.

रवींद्रनाथ टागोर म्हणत ''थोडे वाचणे पण जास्त मनन करणे, कमी बोलणे पण जास्त ऐकणे हे बुद्धिमान बनण्याचे उपाय आहेत.''

-0-0-0-

संस्कार सहावा
लेखन

आपण केलेला अभ्यास, त्याचे आपल्याला झालेले आकलन आपण दोन प्रकारे व्यक्त करू शकतो. एक बोलून आणि दुसरे लिखाणातून. त्यापैकी आपण सध्या लिखाणाचा विचार करू. लिखाणातून आपण आपले ज्ञान, भाषाशैली, भाषेचे ज्ञान, आपला आत्मविश्वास या सर्व गोष्टी व्यक्त करत असतो. एकंदरीतच काय, तर आपले व्यक्तिमत्त्वच आपण आपल्या लिखाणातून व्यक्त करत असतो.

लिखाणात महत्त्व असते ते आपल्या अक्षराला. अक्षर वळणदार असेल तर समोरच्याला ते वाचावे वाटेल, अन्यथा नाही. नंतर महत्त्व येते ते भाषाशैलीला. आपले लिखाण हे ओघवते असेल तरच वाचणाऱ्याला ते वाचण्याचा आनंद मिळतो. लिखाणात अनन्यसाधारण महत्त्व असते ते आपल्या वाक्यरचनेला. आपल्याला मोजक्याच शब्दात आपले विचार लिहिता आले पाहिजेत. यासाठी महत्त्वाचे आहे ते शब्दभांडार आणि आपले शब्दभांडार वाढवण्यासाठी महत्त्वाचे आहे ते वाचन. चतुरस्र वाचन असल्याशिवाय शब्दभांडार वाढतच नाही. आणि सगळ्यात शेवटी लिखाणात महत्त्वाचे असते ते भाषेचे व्याकरण. यातील मजेशीर गोष्ट अशी की वर उल्लेख केलेल्या गोष्टीत प्रावीण्य येण्यासाठी लिखाणच करावे लागते. लिहायचे, चुका शोधायच्या, परत लिहायचे असे केल्याने वरील सर्व गोष्टीत प्रावीण्य येण्याबरोबरच आपल्या लिखाणातही प्रावीण्य येत जाते.

अभ्यासाच्या प्रक्रियेतील खरं तर शेवटची पायरी. आपण जो काही अभ्यास करतो म्हणजे जे काही वाचतो, त्याचे मनन करतो, तो आपण केलेला अभ्यास आपण परीक्षेत कागदावर उतरवल्याशिवाय आपल्याला परीक्षेत यश मिळत नाही. अभ्यास कागदावर उतरवायचा, म्हणजेच लिखाण करायचे- तर मग आपण ते करतो का? नाही.

आजचा विद्यार्थी लिखाणकाम करतो का? तर करतो, पण ते प्रयोगवही

पूर्ण करणे, शाळेचा गृहपाठ लिहिणे, क्लासचा गृहपाठ लिहिणे. पालकांना जर विचारलं की, तुमचा विद्यार्थी घरी काय करतो? तर ते सांगतात, नुसता लिहीतच असतो. वाचताना दिसतच नाही. मग एवढं सगळं लिहिणाऱ्या विद्यार्थ्याला लिखाण करत नाही असं कसं म्हणायचं? तो लिखाण करतो म्हणण्यापेक्षा तो फक्त पुस्तकातून, किंवा मित्राच्या वहीतून उतरवून काढत असतो. ते उतरवून काढत असताना तो विद्यार्थी स्वतःच्या बुद्धीला थोडासुद्धा त्रास देत नाही, अगदी जसं आहे तसंच उतरवून काढतो, याला लिखाण म्हणता येणार नाही, याला फक्त नक्कल केली असंच म्हणता येईल. नक्कल केलेली असल्यामुळे भाषा, भाषेचे व्याकरण, वाक्यरचना, भाषाशैली या सर्व गोष्टींचा गंधही विद्यार्थ्यांना

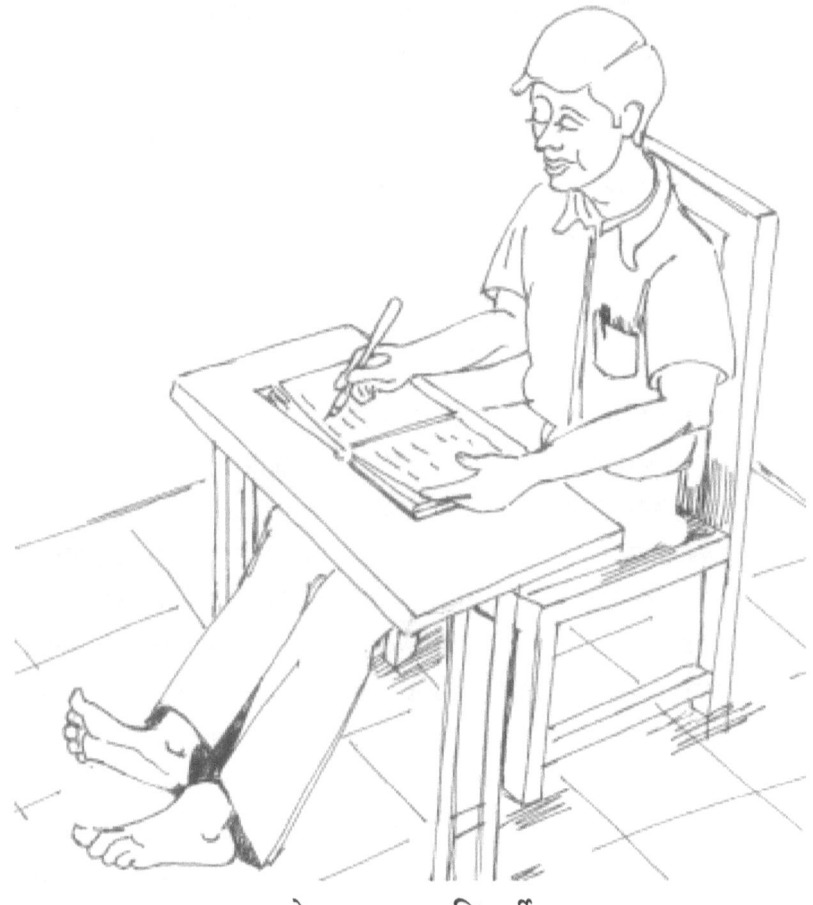

लेखन करणारा विद्यार्थी

नसतो. त्यामुळे असे कितीही लिखाण केले तरी त्याला काहीही महत्त्व नसते. परंतु खेदाची गोष्ट अशी की आजकालच्या बहुतांश विद्यार्थ्यांचे लिखाणकाम असेच सुरू आहे.

विद्यार्थ्यांची एक तक्रार नेहमी कानावर येते. ते म्हणतात, घरी अभ्यास केला, वाचले, त्यावेळी सगळं कळालं होत. असे वाटले हे खूप सोपे आहे, आपण आरामात परीक्षेत लिहू शकू; पण परीक्षेत लिहिताना काहीच आठवत नाही. याचं मुख्य कारण 'आपण ज्यावेळी वाचतो त्यावेळी आपलं शब्दभांडार वेगळं असतं आणि आपण ज्यावेळी लिहितो, त्यावेळचे शब्दभांडार वेगळं असतं.' लिहिताना आपण जे शब्दभांडार वापरतो, त्याची शब्दसंपत्ती खूप कमी असते. म्हणून आपल्याला लिहिताना शब्द आठवत नाहीत. मग आपलं काम काय, तर आपलं वाचतानाचं शब्दभांडार व लिहितानाचं शब्दभांडार सारखे करणे. हे त्याच वेळी शक्य होईल ज्यावेळी आपण केलेला अभ्यास घरी लिहिण्याचा प्रयत्न करू. आपण घरी केलेला अभ्यास आपल्याला लिहिताच आला नाही तर ते परत वाचून, त्यातील अवघड शब्दांचा अर्थ समजून घेऊन ते परत लिहिण्याचा प्रयत्न करायचा. म्हणजेच काय, तर आपले लिखाणाचे शब्दभांडार वाढवायचे.

विद्यार्थ्यांच्या उत्तरपत्रिका पाहिल्यास खाली नमूद केलेल्या गोष्टी महत्त्वाच्या वाटतात.

१. **हस्ताक्षर** – हस्ताक्षर वळणदार नसते, लिखाणाची खूपच घाई दिसून येते. एकाच प्रश्नाच्या उत्तरातील पहिल्या वाक्यापासून शेवटच्या वाक्यापर्यंत अक्षर सारखे नसते. बऱ्याच वेळा शब्दाच्या डोक्यावर रेघ (टोपी) दिलेली नसते. विद्यार्थी मित्रांनो, टोपी असलेले वाक्य आणि टोपी नसलेले वाक्य याची तुलना भांग पाडलेला चेहरा आणि भांग न पाडलेला चेहरा, अशी करा. कारण चेहरा भांग पाडला तरच चांगला दिसतो, नाहीतर नाही. त्याचप्रमाणे शब्दांचे असते. टोपी दिली तरच शब्द चांगला दिसतो.

२. **शुद्धलेखन** – ऱ्हस्व-दीर्घ च्या चुका भरपूर असतात, शब्द अशुद्ध लिहिलेले असतात. हमखास दिसणाऱ्या चुका 'ण' 'न', पहिला दुसरा उकार, वेलांटी, एकवचनी, अनेकवचनी क्रियापद, वाक्याचा काल

३. **भाषाशैली** – भाषाशैली चांगली नसते. बऱ्याच ठिकाणी वाक्यांची उगीचच ओढाताण केलेली दिसते. वाक्यरचना नीटनेटकी नसते. भाषाशैली

सुधारण्यासाठी पाठ्यपुस्तकाच्या वाचनाबरोबरच अवांतर वाचन वाढवायला पाहिजे. विविध लेखकांची विविध विषयांवरची पुस्तके वाचल्यावर भाषाशैली लक्षात येईल, तसेच आपल्या भाषाशैलीत नक्कीच फरक पडतो.

४. **मुद्देसूद मांडणी** – उत्तराची मांडणी मुद्देसूद नसते. दोन मुद्द्यांमध्ये सुसंगती नसते.

५. **खाडाखोड** – लिहिताना आत्मविश्वास नसल्यामुळे शब्द, वाक्य बऱ्याच वेळा खोडून लिहिलेले असते. उत्तरपत्रिकेतील खाडाखोडीचे मुख्य कारण आत्मविश्वासाचा अभाव हेच असते. किंवा प्रश्न खूप सोपा असल्यावर उत्तर लिहिण्याची घाई केल्यामुळेही खाडाखोड होते. या दोन्ही गोष्टी आपण टाळू शकतो. उत्तर लिहिताना आत्मविश्वास कमी असण्याचे मुख्य कारण तयारी पूर्ण नसते किंवा उजळणी केलेली नसते. मग बघा, अभ्यास पूर्ण करा आणि उजळणी करून परीक्षेला जा– आत्मविश्वास असेल.

दुसरे कारण, प्रश्न सोपा आहे तर शांतपणे उत्तर लिहून सगळे मार्क मिळवायचा प्रयत्न करा. घाई करून मार्क जाणारच आहेत. त्यामुळे प्रश्न सोपा आहे म्हणून अती आनंदी न होता शांत राहूनच सगळे उत्तर लिहा.

६. **रेखांकन** – महत्त्वाचे शब्द, महत्त्वाचे वाक्य, गाळलेल्या जागा, रेखांकित केलेले नसतात. रेखांकनाचे महत्त्व विद्यार्थ्यांना पटलेलेच नसते.

७. **सादरीकरण** – उत्तराच्या सादरीकरणाकडे पूर्ण दुर्लक्ष केलेले असते. समास आखलेला नसतो, योग्य ठिकाणी समास पाडलेला नसतो. शीर्षक – उपशीर्षक यांचा ताळमेळ नसतो, प्रश्नक्रमांक, उपप्रश्नक्रमांक याबाबत गांभीर्य नसते. उत्तर पूर्ण झाल्यावर रेघ मारलेली नसते.

विद्यार्थ्यांच्या तपासलेल्या उत्तरपत्रिका पाहिल्यास त्यामध्ये खूप शुद्ध-लेखनाच्या चुका असतात. ऱ्हस्व-दीर्घच्या चुका आपण दोन प्रकारे टाळू शकतो एक म्हणजे शुद्धलेखनाचे सगळे नियम लक्षात ठेवून. पण प्रत्येक शब्द लिहिताना नियम आठवत बसलो तर खूपच वेळ जाईल व विद्यार्थ्यांना ते खूप कंटाळवाणे वाटेल. म्हणजेच बोअर होईल. आणि सगळे नियम आठवून शब्द लिहिणे शक्य नाही. त्यामुळे सोप्यात सोपी पद्धत काय, तर आपण जो अभ्यास केला आहे तो घरीच लिहून बघणे, लिहिताना शुद्धलेखनाच्या चुका घरीच तपासून बघणे. एखादा

शब्द लिहिताना चुकला असेल तर तो शब्द दहा वेळा लिहून काढणे, म्हणजे परत तो शब्द चुकणार नाही. शुद्धलेखनाच्या चुकांमुळे भाषा विषयांत खूप मार्क कापले जातात. ते आपण नक्की टाळू शकतो. गरज आहे ती तुमच्या लिहिण्याची.

लिखाण सुधारण्यासाठी -

* लेखन ही एक कला आहे आणि आपण जर रोज लिहीत गेलो तरच लेखनाला धार येते.
* चांगले वाचन असेल तरच चांगले लिहिता येते. नियमित वाचनामुळे तुमच्या लिखाणातील उणिवा तुमच्या लक्षात येतील, त्यामुळे वाचनात नियमितता ठेवा.
* ज्या प्रमाणे यशाला पळवाट नाही त्याप्रमाणे लिखाणातील प्रावीण्य येण्यासाठी सराव करण्याशिवाय दुसरा पर्याय नाही. त्यामुळे रोज लिखाण आवश्यक.
* विषय कोणताही असो, लिखाण करताना भाषेच्या व्याकरणाचे ज्ञान आवश्यक. त्यामुळे चांगल्या लिखाणासाठी भाषेच्या व्याकरणाचा अभ्यास पहिल्यांदा करा.
* आपण लिहिलेले परत परत वाचल्यामुळे आपल्या लिखाणातील चुका कमी होतात.

-0-0-0-

संस्कार सातवा
बोलणे

बरेच ठिकाणी आपण वारंवार ऐकतो, मुलांना बोलतं केले पाहिजे.

उत्तम वक्ता होण्यासाठी प्रथम उत्तम श्रोता व्हावं लागतं. उत्तम श्रोता होण्यासाठी चांगले श्रवण कसे करायचे हे आपण पाहिलेच. या ठिकाणी एक गोष्ट मला नमूद करावीशी वाटते, की आपण तेच बोलू शकतो जे आपल्याला समजले आहे किंवा ज्याचे आपल्याला ज्ञान झाले आहे. जी गोष्ट आपल्याला माहीत नाही, ज्याचे आपल्याला ज्ञान नाही त्या संदर्भात आपण बोलू शकत नाही आणि जर बोललो तर त्याला काही पाया नसतो, म्हणजेच वरवर बोलतो.

म्हणजेच, आपल्याला जर चांगले बोलायचे असेल तर आपल्याला ज्या विषयावर बोलायचे आहे त्याचे आपल्याला आकलन झाले आहे की नाही ते पाहावे लागेल. आपल्याला जर त्याचे आकलन झाले असेल तरच आपण बोलू शकू. अन्यथा आपण त्या विषयावर बोलूच शकणार नाही.

विद्यार्थी मित्रांनो, तुम्ही नीट आठवून बघा- तुम्ही ज्यावेळी वर्गात एखाद्या प्रकल्पावर बोलला किंवा वर्गशिक्षक तुम्हाला एखाद्या धड्याची तयारी करून त्या धड्यावर बोलायला सांगतात. ज्या धड्यावर तयारी करून तुम्ही बोलता तो धडा तुम्ही परत लवकर विसरत नाही. याचाच अर्थ काय? तुम्ही त्या धड्याची तयारी केली, तुम्हाला नीट आकलन झाले, त्यामुळे तुम्ही त्या धड्यावर बोलू शकता. आणि तुम्ही त्या धड्यावर बोललात, त्यामुळे तुम्ही ते विसरत नाही.

त्यामुळे विद्यार्थी मित्रांनो, मी तर तुम्हाला सांगेन- प्रत्येक धड्याचा अभ्यास करा. धडे मोठे असतील तर संकल्पनांच्या अभ्यास करा. त्या इतरांना समजावून सांगा. बोलतांना घरातील व्यक्ती जसे आई, बाबा, मोठी बहीण, भाऊ किंवा मित्र त्यांना तुम्ही अभ्यास केलेला धडा किंवा संकल्पना समजावून सांगितल्या तरी चालतील. आणि हो, कोणीही उपलब्ध नसल्यास आरशासमोर उभे राहा. समोर जी व्यक्ती दिसते आहे तिला सगळं समजावून सांगा. तुम्हाला

एकमेकांशी मोकळेपणाने संभाषण करणारे विद्यार्थी

जर बोलता आलं तर तुम्हाला तो धडा, ती संकल्पना समजली आहे किंवा त्याचे तुम्हाला आकलन झाले आहे. तुम्हाला जर नीट सांगता आले नाही तर परत त्या धड्याची, त्या संकल्पनेची तयारी करणे गरजेचे आहे.

एक साधी गोष्ट बघा- आपण सिनेमा पाहतो तीन तास, पण त्याच सिनेमाचा सारांश (स्टोरी) सांगतो ५ ते १० मिनिटांत. आपण स्टोरी सांगतांना प्रत्येक संभाषण सांगत नाही. आपल्याला तो सिनेमा जसा समजला तसा आपण आपल्या शब्दात समोरच्याला समजावून सांगतो. त्याचप्रमाणे आपण ज्या धड्याचा किंवा ज्या संकल्पनेचा अभ्यास केला आहे त्या धड्याचा किंवा संकल्पनेचा सारांश समोरच्याला सांगायचा- आपल्या स्वतःच्या शब्दात.

आपण बघितलेला सिनेमा, त्याचा सारांश व्यवस्थित समोरच्याला समजेल असा सांगू शकतो. कारण आपण तो सिनेमा आवडीने, एकाग्रतेने श्रवण केलेला असतो. म्हणजेच योग्य/ चांगल्या श्रवणामुळे चांगले बोलता येते.

तुम्हाला ज्यावेळी एखाद्या धड्यावर किंवा संकल्पनेवर बोलता येईल किंवा समोरच्याला समजावून सांगता येईल त्यावेळी तुमचा स्वतःचा आत्मविश्वास बघा कसा वाढलेला असतो. ते तुमचे तुम्हालाच जाणवेल आणि तुम्हाला बोलण्याचे महत्त्व पटेल.

समजा, तुम्हाला बोलता आले नाही तर तुमचे मनच तुम्हाला ज्या विषयावर बोलता आले नाही त्याची तयारी करण्याकरता उद्युक्त करेल आणि एकदा मनाने ठरवले तर ते काहीही करू शकते. मग काय, करणार ना सुरुवात बोलायला ?

संभाषण कौशल्य –

* आपल्या समोरील व्यक्तीला किंवा एकाच वेळी अनेक व्यक्तींशी बोलण्यातून आपले विचार किंवा भावना व्यक्त करणे म्हणजे संभाषणकौशल्य.

* २१ व्या शतकात वावरणाऱ्या सर्व विद्यार्थ्यांना उत्तम बोलणे यावेच लागेल, कारण ती काळाची गरज आहे.

* विद्यार्थ्यांना बोलता यावे, संभाषण कलेची ओळख व्हावी म्हणूनच शालेय जीवनापासूनच तोंडी परीक्षा ठेवलेली असते. पण त्याकडे फक्त मार्क मिळवण्याचा एक मार्ग म्हणूनच पाहिले जाते. बहुतांश विद्यार्थी तोंडी परीक्षेला गांभीर्याने घेतच नाहीत.

आपल्याला जे काही ज्ञान झाले आहे, ज्या काही गोष्टींचे आकलन झाले आहे ते इतरांपर्यंत पोहोचवण्याचे, व्यक्त करण्याचे दोन मार्ग आहेत– एक म्हणजे लिहिणे आणि दुसरा बोलणे. आपल्याला जे काही ज्ञान आहे ते इतरांना मुद्देसूद, थोडक्यात सांगता आलेच पाहिजे. कारण शालेय शिक्षणात तोंडी परीक्षा, पदवी परीक्षेत प्रकल्प, सेमीनार, शिक्षण पूर्ण झाल्यावर, नोकरीसाठी मुलाखती, गट चर्चा या गोष्टींना अनन्यसाधारण महत्त्व आहे. त्यामुळे बोलण्याकडे दुर्लक्ष करून चालणारच नाही.

बोलणे सुधारण्यासाठी काही सूचना –

१. शिक्षकांनी विचारलेल्या प्रश्नाचे उत्तर मोठ्या आवाजात देणे.

२. शिक्षकांना शंका विचारताना कसलेही दडपण मनावर ठेवायचे नाही.

३. अवघड धड्याची तयारी करून ग्रुप डिस्कशन करणे.

४. सभा-समारंभात संचालन, पाहुण्यांची ओळख करून देणे, आभारप्रदर्शन करणे यासारख्या जबाबदाऱ्या स्वीकारणे.

५. आरशासमोर उभे राहून बोलण्याची तयारी करणे.

६. भरपूर वाचन करणे.

७. आत्मविश्वास.

$$-0-0-0-$$

संस्कार आठवा
पाठांतर

परीक्षेच्या दृष्टीने तयारी करत असलेल्या एखाद्या विद्यार्थ्याकडे आपण बघितले तर भराभर पाठ करत असतांना दिसतो. पाठांतराच्या जोरावर त्या विद्यार्थ्याला परीक्षेत मार्कही पडलेले असतात, परंतु ज्ञानाच्या बाबतीत पाटी कोरीच असते. अमुक इतके टक्के मार्क पडले म्हणजे तेवढेच ज्ञान असते असे काही नाही. विद्यार्थी परीक्षेकरता पाठांतर करतो, परीक्षा देतो व परीक्षेनंतर त्या विद्यार्थ्याला काही प्रश्न विचारले तर असे लक्षात येते, की त्यांनी जे काही परीक्षेसाठी पाठ केलं होतं– परीक्षा झाल्यावर त्यातील बरचसं तो विसरलेला असतो. कारण ज्या परीक्षेसाठी त्याने ते पाठ केलं असतं ती परीक्षा संपलेली असते. त्यामुळे पाठ केलेलं लक्षात ठेवण्याची गरजच राहत नाही व तो विद्यार्थी सगळं विसरतो. सगळं विसरल्यामुळे ज्ञान, आकलन या गोष्टी दूरच राहतात. पाठांतरामुळे, मार्क पडल्यामुळे पुढे हा विद्यार्थी स्पर्धात्मक परीक्षेत अपयशी ठरतो. मग या विद्यार्थ्यांना सगळे सल्ले देतात, 'अरे, पाठांतर करू नकोस, काही तरी समजून घे.' मग फक्त पाठांतर करणाऱ्या विद्यार्थ्याला कमी लेखलं जातं वैगेरे.

विद्यार्थी मित्रांनो, पाठांतर करणं हा गुन्हा नक्कीच नाही. पण कशाचे पाठांतर करायचे हे आपल्याला समजले पाहिजे. सरसकट सगळ्याच गोष्टी आपण पाठ करत बसलो तर ते काही उपयोगाचे नाही.

पाठांतरावरून मला एका चित्रपटातला एक प्रसंग आठवतो. तो म्हणजे वडील मुलाला विचारतात '१७ आठी किती?' ते मुलाला काही येत नाही. मग मुलगा वडिलांना विचारतो, 'तुम्ही सांगा बरं १७ आठे किती?' वडिलांना सांगता येत नाही. मुलगा म्हणतो, 'तुम्हाला येत नाही तर मला कोठून येणार?'

या ठिकाणी वडिलांना पाढ्याची किती गरज आहे आणि विद्यार्थ्याला पाढ्याची किती गरज आहे हे लक्षात घेतले पाहिजे. माझ्या मते वडिलांना पाढे

पाठ असण्याची गरजच नाही, पण विद्यार्थ्यांना आपली स्वतःची स्मरणशक्ती वाढवण्यासाठी पाढे पाठ असण्याची गरज आहे. त्यामुळे अशा गोष्टी दाखवताना थोड्या काळजीपूर्वक दाखवाव्यात.

असो. तर विद्यार्थी मित्रा, दुसऱ्या कुणाचे पाढे पाठ असोत वा नसोत– तुझे

पाठांतर करणारा विद्यार्थी

सगळे पाढे- किमान ३० पर्यंत- पाठच असावेत. ज्या विद्यार्थ्याची अंकांची स्मरणशक्ती चांगली असते त्याची इतरही स्मरणशक्ती चांगलीच असते. दुसरी गोष्ट, अंकांची स्मरणशक्ती वाढली म्हणजे आपण गणितं भराभर सोडवू शकतो. गणित भराभर सोडावता आले म्हणजे आपला मेंदू तल्लख होतो. मेंदू तल्लख होतो म्हणजे काय तर मेंदूची कार्यक्षमता वाढते. त्यामुळे विद्यार्थी मित्रांनो, पाठांतर करायचे आहे तर ते पाढ्यांचे करा- कारण ते गरजेचे आहे.

दुसरी गोष्ट, व्याख्या- ज्या जशाच्या तशा लिहिणे गरजेचे आहे- त्या पाठ करा. समीकरणे, सूत्रे या गोष्टी पण पाठ करा, परंतु सगळं सरसकट पाठ करू नका. तुम्ही सगळं सरसकट पाठ केल्याने मेंदूची कार्यक्षमता वाढणारच नाही.

त्यामुळे पाठांतर करत असताना काय पाठ करायचे आहे ते बघा. बाकी सगळ्या गोष्टी समजावून घ्या.

अभ्यासप्रक्रियेमधे पाठांतर सुद्धा गरजेचे आहे. फक्त एक लक्षात ठेवा- जी गोष्ट आपण पाठ करत आहोत ती आपण विसरणारच आहोत. त्यामुळे एकदा पाठ केल्यावर आपल्या किती दिवस लक्षात राहाते हे बघा. दोनदा-तीनदा प्रयोग केल्यावर तुमच्या ते लक्षात येईल. समजा, तुमच्या असे लक्षात आले, की आपण एकदा पाठ केल्यावर आपल्या आठ दिवस लक्षात राहते. मग मला एक सांगा, तुम्ही जे काही पाठ केले आहे त्याचे नवव्या दिवशी काय होणार? तर तुम्ही ते विसरणार. आणि एकदा का आपण विसरलो तर ते परत पाठ करावे लागणार. म्हणजेच काय, आधी आपण पाठ करण्यासाठी घेतलेले कष्ट वाया गेले व परत तेवढेच कष्ट घेऊन ते परत पाठ करावे लागणार, म्हणजेच वेळेचा अपव्यय.

यासाठी एक करायचे. आपण पाठ केलेले आठ दिवस लक्षात ठेऊ शकतो तर नवव्या दिवशी आपण जे पाठ केले आहे त्याची उजळणी करायची. उजळणी करायला खूप कमी वेळ लागेल. एकदा आपण उजळणी केली की आपण ते आठवून आठ-दहा दिवस लक्षात ठेवू शकू. त्यामुळे जर आपण पाठांतर केले असेल तर आवश्यक उजळणींची संख्या वाढवावी लागेल व जेवढ्या वेळा आपण त्याची उजळणी करू तेवढी ती गोष्ट आपल्या लक्षात पक्की होत जाईल. नाहीतर पुढचे पाठ, मागचे सपाट असे होते.

पाठांतर- काय करावे	**पाठांतर- काय करू नये**

* पाढे– किमान ३० पर्यंत
* शब्दांचे अर्थ (सर्व भाषा)

* संकल्पना (गणित – विज्ञान)
* प्रश्नाचे पूर्ण उत्तर
  (याचा तोटा असा पहिला
  शब्द आठवला नाही की पूर्ण
  उत्तर आठवत नाही)

* शब्दांचे स्पेलिंग
* सूत्रे व समीकरणे

* गणितातील पायऱ्या
* गणितातील सिद्धता

पाठांतर कसे कराल –

१. जो मजकूर तुम्हाला पाठ करायचा आहे त्याचे भाग करा.
२. पाठांतर करतांना तो मजकूर मोठ्याने व चालीत म्हणा.
३. पाठांतर करण्यासाठी शांत वेळेची निवड करा.
४. शांत वेळी मन एकाग्र करणे सोपे जाते.
५. तीन ते चार दिवसांनी पाठांतर केलेल्या मजकुराची उजळणी करा.
६. अर्थ समजून घेऊन मगच पाठ करा. लवकर लक्षात राहते.

–0–0–0–

संस्कार नववा
उजळणी – रिव्हिजन

अभ्यासप्रक्रियेमधला एक अविभाज्य मात्र दुर्लक्षित भाग म्हणजे उजळणी (रिव्हिजन). मुलांशी बोलताना एक गोष्ट नेहमी जाणवते. मुलं कायम म्हणत असतात 'माझा अभ्यास पूर्ण झाला.' मात्र ज्या विषयाचा अभ्यास पूर्ण झाला म्हणत असतात त्या विषयात त्यांना म्हणावे तसे मार्क नसतात. या मागचं मुख्य कारण आहे उजळणी. विद्यार्थी एकदा अभ्यास पूर्ण करतही असेल, पण तो पूर्ण झालेल्या अभ्यासाला उजळणी द्यायला टाळाटाळ करतो. किंवा त्याला उजळणीचे महत्त्व वाटत नाही.

मला विद्यार्थी मित्रांना सांगावेसे वाटते, मित्रांनो, जेवढे महत्त्व अभ्यासाला आहे तेवढेच, किंबहुना त्याहूनही जास्त महत्त्व उजळणीला आहे. कारण बघा. आपण जो काही अभ्यास करणार तो काही कायमस्वरूपी आपल्या लक्षात राहाणार नाही. तसा तो कोणाच्याच लक्षात राहात नसतो. त्यामुळे आपण जो अभ्यास केलाय तो आपल्या लक्षात आहे की नाही हे तपासून पाहण्याकरता तरी उजळणी करा. उजळणी करत असताना तुमच्या लक्षात येईल अरे आपण काही गोष्टी विसरलो होतो. त्यामुळे जोपर्यंत आपल्या पक्कं लक्षात राहत नाही तोपर्यंत तरी उजळणी करत राहणे गरजेचे आहे. मागे म्हटल्याप्रमाणे तुम्ही जेवढी जास्त उजळणी कराल तेवढे तुमचे मार्क वाढलेले असतील. तुमची शैक्षणिक प्रगती झालेली असेल.

एक इंग्रजी वाक्य : Proper planing prevents poor performance.

हे कायम लक्षात ठेवा. आपण आपला अभ्यास व उजळणी याचे व्यवस्थित नियोजन करणे गरजेचे आहे. नियोजन करत असताना एक वेळ एखाद्या दिवशी नवीन धड्याचा अभ्यास नाही केला तरी चालेल, पण आतापर्यंत जो काही अभ्यास तुम्ही केला असेल त्याची उजळणी प्रथम पूर्ण करा.

अभ्यास करत असताना एक तत्त्व कायम पाळायचं, शिक्षकांनी एका

दिवसांत जेवढं शिकवल असेल, त्याचा अभ्यास त्याच दिवशी पूर्ण करायचा. ज्या दिवशी शिक्षकांचा तो धडा शिकवून पूर्ण होईल त्या दिवशी तुमचाही त्या धड्याचा अभ्यास पूर्ण होईल. ज्या दिवशी तुमचा अभ्यास पूर्ण झाला ती तारीख त्या धड्यापुढे लिहून ठेवा. एकदा अभ्यास झाल्यावर आपल्या किती दिवस लक्षात राहतं हे बघा. दोनदा-तीनदा प्रयोग केला, की तुमच्या ते लक्षात येईल. एकदा आपली लक्षात ठेवण्याची क्षमता कळाली, की मग ज्या दिवशी आपला अभ्यास संपला आहे, त्याची आपण तारीख लिहिली आहे त्या नंतर ज्या दिवशी आपण रिव्हिजन करणे गरजेचे आहे; त्या दिवशी रिव्हिजन करायची व रिव्हिजनची पण तारीख लिहून ठेवायची. त्या नंतर परत आपल्या लक्षात ठेवण्याच्या क्षमतेनुसार परत रिव्हिजन करायची. दोन रिव्हिजन झाल्यावर तुमच्या असे लक्षात येईल की आपली लक्षात ठेवण्याची क्षमता वाढत चालली आहे. म्हणजे, जर सुरुवातीला तुमच्या सहा दिवस लक्षात राहत असेल तर दोन रिव्हिजननंतर तो धडा तुमच्या आठ ते दहा दिवस लक्षात राहील. साधारणतः आपली क्षमता १५ दिवस लक्षात राहण्याची झाली की त्या नंतर दर १५ ते २० दिवसांनी उजळणी करत राहायचे. काही दिवसांनी तुमच्या लक्षात येईल, की हे आपल्या पक्के लक्षात राहिले आहे. तरीसुद्धा परीक्षा होईपर्यंत रिव्हिजन बंद करायची नाही.

मी तर असे म्हणेन **Rivision is a key to success**

विद्यार्थी मित्रांनो, आई घरात लोणचं करते. पहिल्या दिवशीच्या लोणच्याची चव आणि आठ - दहा दिवसानंतर त्याच लोणच्याची चव यात फरक असतो. आठ -दहा दिवसांनंतरच लोणचं चवीला चांगल लागतं, कारणं ते मुरलेलं असतं. लोणंच मुरवण्याकरता आई त्याला दोन-तीन दिवसातून एकदा हलवत असते. तसंच अभ्यासाचं असतं. पहिल्या दिवशी केलेला अभ्यास आणि त्याला नंतर दिलेली उजळणी यात उजळणीनंतर अभ्यास चांगला झालेला असतो. प्रत्येक उजळणी-गणिक अभ्याससुद्धा मुरत जातो व मुरलेल्या अभ्यासाची चव, म्हणजेच मिळालेले मार्क सुद्धा चांगलेच असतात.

१. उजळणी करण्याचा सोपा मार्ग, ज्या भागाची उजळणी करायची आहे त्या संदर्भात मित्रांबरोबर चर्चा करा.
२. चार्ट तयार करून अभ्यासाच्या खोलीत येता जाता दिसतील असे चिटकवा. रोज एकदा तरी ते चार्ट वाचा.
३. उजळणी वही तयार करणे, उजळणी वहीत प्रत्येक धड्याचे सार तसेच

प्रश्न लिहायचे, प्रश्नाखाली, त्या प्रश्नाच्या उत्तरातील महत्त्वाचे शब्द, किंवा महत्त्वाचे मुद्दे लिहून ठेवायचे. ज्या वेळी वेळ मिळेल त्यावेळी उजळणी वही वाचून घ्यायची. उजळणी वही कायम बरोबर ठेवायची.

विद्यार्थी मित्रांनो, असं म्हणतात- **Practice Makes Man Perfect.** त्याचप्रमाणे RIVISION WILL MAKE YOUR STUDY PERFECT.

विद्यार्थी मित्रांनो, माझ्या निदर्शनास आलेली तुम्हा विद्यार्थ्यांची एक वाईट सवय म्हणजे तुम्ही बऱ्याच गोष्टी गृहीत धरता. जसे की, 'मला, सगळं येतं, तो धडा माझा वाचून झालाय, तो खूप सोपा धडा आहे, त्या धड्याच्या उजळणीची गरजच नाही, मागच्या परीक्षेच्या वेळी त्या धड्याचा मी पूर्ण अभ्यास केला आहे.' वगैरे. किंवा सर्वात वाईट सवय, 'मी तो धडा Optionला ठेवला आहे.' हा तुमचा अतिआत्मविश्वासाचा प्रकार झाला. उजळणीला बसल्यावर अशी मानसिकता घेऊन उजळणी करणार असाल तर त्याचा काहीही उपयोग होणार नाही. उजळणी करताय ती पूर्ण गांभीर्याने करा. कारण कसं असतं, आपण अभ्यास केलेली एखादी अवघड संकल्पना आपण ज्या वेळी उजळणी करतो त्या वेळी खूप पटकन लक्षात बसून जाते, किंवा कधी कधी उजळणी करताना संकल्पनेची वेगळी बाजू खूप पटकन लक्षात येते- जी की, आपण पहिल्यांदा अभ्यास करताना आपल्या लक्षातही आली नव्हती. त्यामुळे उजळणी करताना पूर्ण एकाग्रतेने, वेळ ठरवून उजळणी करणे गरजेचे आहे.

विद्यार्थी मित्रा, भारत हा शेतीप्रधान देश आहे, शेतावर मारलेली चक्कर कधीही वाया जात नाही असं शेतकरी म्हणतात. कारण शेतात त्यांनी जे पीक लावलेले असते त्यात रोज काही ना काही बदल होत असतो, वातावरण बदलत असते. त्याप्रमाणे पिकाची गरज बदलत असते. पाणी कमी, जास्त, रोगराई, कीड या गोष्टी रोज चक्कर मारली तरच लक्षात येतात. कारण जर एखादी कीड लागली असेल तर ती एका दिवसात संपूर्ण शेतात पसरू शकतो व शेतकऱ्याचे नुकसान होऊ शकते. याची शेतकऱ्याला जाणीव असते. त्यामुळे तो रोज- काम असो वा नसो,- शेतावर चक्कर मारतोच. त्याचप्रमाणे आपण लावलेल्या अभ्यासरूपी पिकाला काही कीड लागली आहे का? म्हणजे काही विसरले आहे का? हे पाहण्यासाठी केलेल्या अभ्यासाला चक्कर मारणे-म्हणजेच उजळणी करणे- गरजेचे आहे.

या ठिकाणी मला बिरबलाची गोष्ट सांगावी वाटते. एकदा बादशहाने

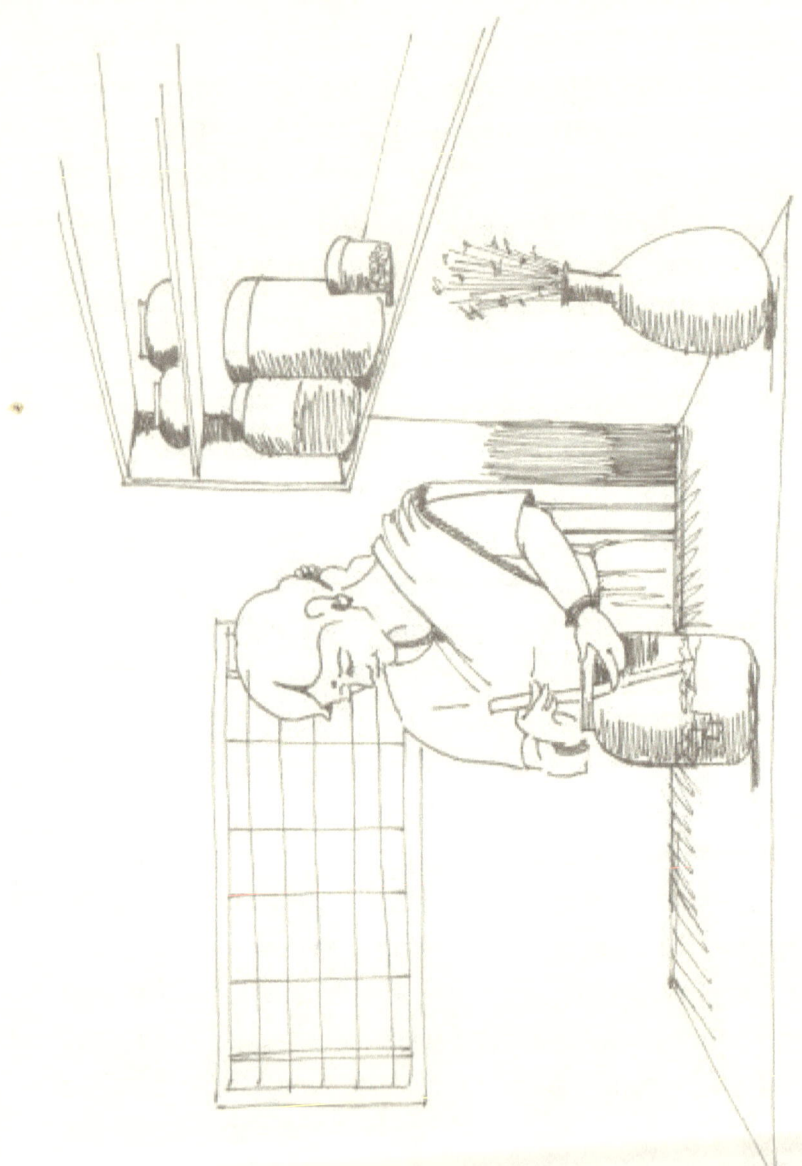

लोणच्याची बरणी हलवणारी आई

दरबारात तीन प्रश्न विचारले, ‘विड्याचे पान का सडले? घोडा का अडला? भाकरी का करपली?’ या तीनही प्रश्नांचे एकच उत्तर आहे , ते कोणी देऊ शकेल का? खूप विचार करूनही कोणाला उत्तर देता आले नाही. या तीनही प्रश्नांचे एकच उत्तर- ते बिरबलाने दिले. ते म्हणजे- ‘न फिरवल्यामुळे’. विद्यार्थी मित्रांनो, याचप्रमाणे, विषय अवघड जातो, विषय कळत नाही, मार्क कमी पडतात याचे सुद्धा एकच उत्तर आहे- ते म्हणजे ‘उजळणी न केल्यामुळे.’ तर मग करा उजळणी.

-0-0-0-

संस्कार दहावा
वेळेचे नियोजन / वेळेचे व्यवस्थापन

देवाने सजीव सृष्टी निर्माण करताना वेगवेगळे प्राणी निर्माण केले. वाघ, हत्ती, घोडा; वेगवेगळी झाडं निर्माण केली. त्याचप्रमाणे दोन हात, दोन पाय असलेला मनुष्य प्राणी निर्माण केला. इतर प्राण्यांपेक्षा मानवाचा मेंदू मात्र देवाने खूप प्रगत दिला. माणसाला वाचा दिली. त्यामुळे मनुष्यप्राणी बोलू शकतो. पण हा माणूस निर्माण करत असताना कोणाला उंच, कोणाला बुटके, कोणी काळे, कोणी गोरे; काही माणसांना व्यंग, कोणी जाड, कोणी हडकुळे केले गेले. प्रत्येक व्यक्ती भिन्न गुणविशेष घेऊन जन्माला आली. इतर गोष्टी सगळ्या वेगळ्या असल्या तरी देवाने या सर्वांना एक गोष्ट मात्र सारखी दिली ती म्हणजे वेळ. पृथ्वीवर जन्म घेतलेल्या प्रत्येकाकरता वेळ सारखीच आहे. प्रत्येक व्यक्तीला वेळ जरी सारखीच दिलेली असली तरी त्या वेळेचा खूप वेगवेगळ्या पद्धतीने उपयोग केला जातो. त्यामुळेच एक विरोधाभास आपल्याला दिसतो- तो म्हणजे खूप क्षमता असूनही त्या प्रमाणात यश मिळालेले नसते किंवा क्षमता कमी असतानाही खूप मोठे यश मिळालेले असते. असे चित्र दिसते तेच मुळी वेळेच्या केलेल्या उपयोगामुळे. क्षमता असूनही टाईमपास केला तर अपयश हे येणारच किंवा क्षमता कमी असताना वेळेचा पुरेपूर उपयोग केला तर यश हमखास मिळणारच. आपली क्षमता आणि उपलब्ध वेळ यांची आपण जर योग्य सांगड घातली तर आपणही अनन्यसाधारण यश मिळवू शकतो. फक्त गरज आहे ती आपल्या स्वतःच्या क्षमता ओळखायची व आपल्याकडे उपलब्ध असलेल्या वेळेची.

अभ्यास न करण्याची किंवा अभ्यास पूर्ण न होण्याची कारणे सांगताना बहुसंख्य विद्यार्थी 'अभ्यासाला वेळच मिळत नाही, किंवा वेळ कमी पडला' म्हणतात. 'मला शाळा आहे, क्लासला जावे लागते. शाळेचा गृहपाठ, क्लासचा गृहपाठ हे सगळं केल्यावर मला अभ्यासाला वेळच मिळत नाही.' जे विद्यार्थी वेळच नाही म्हणतात त्यांना मला सांगावेसे वाटते की, तुम्हाला अभ्यासाला पुरेसा

वेळ मिळावा, तुमचा अभ्यास पूर्ण व्हावा म्हणून २४ तासाचा दिवस २५ तासाचा करता येणार नाही. जे २४ तास तुमच्याकडे उपलब्ध आहेत त्यातच तुम्हाला सगळं करायचं आहे. त्यामुळे तुम्हाला तुमच्या २४ तासांचे नीट नियोजन करावे लागेल.

आता बघा, सर्वसाधारणपणे आपल्या दिवसाचे तास कसे खर्च होतात.

दिवसाचे एकूण तास	**२४**
झोपेसाठी	८
आवरणे	२
शाळा	५
क्लास	२ ते ३ तास
शाळेला जाणे येणे	१
क्लासला जाणे येणे	१
खेळणे	१
गृहपाठ	१
एकूण	**२१**

एवढे होऊनही आपल्याकडे ३ तास शिल्लक राहतात. दहावी पर्यंतच्या विद्यार्थ्यांनी रोज दोन तास जरी प्रामाणिकपणे अभ्यास केला तरी खूप चांगले मार्क पडू शकतात. विद्यार्थी मित्रा, वेळ कोणाकडेच नसतो- तो काढावा लागतो. आपल्याकडे खरेच किती वेळ आहे हे प्रत्येक विद्यार्थ्याने काढलेच पाहिजे. त्याकरता त्या विद्यार्थ्यांने आपली सर्व दिनचर्या, प्रत्येक गोष्टीला किती वेळ लागला हे साधारणतः आठ दिवस लिहून काढले पाहिजे. मग आपण कुठे वेळ वाचवू शकतो हे ठरवले पाहिजे व आपला वेळ वाचवला पाहिजे.

समर्थ रामदास स्वामी वेळेच्या नियोजनासंदर्भात म्हणतात :

''ऐके सदेवपणाचे लक्षण । रिकामा जावो नेदी एक क्षण''

दिवसाचे नियोजन, आपण दिवसभरात काय करणार आहोत याचे नियोजन रोजच करायला पाहिजे. दिवसातला एक क्षणही वाया नाही घालवला पाहिजे. कारण दिवस हा आपल्या आयुष्याचाच एक भाग आहे. त्यातील वेळ व्यर्थ वाया घालवून उपयोग नाही. देवाने आपल्याला दिलेले आयुष्य मर्यादित आहे आणि

अभ्यासाचे नियोजन करणारा विद्यार्थी

आपल्याला गाठावयाचे ध्येय खूप मोठे आहे, त्यामुळे ध्येयमार्गावर जात असताना वेळेचे नियोजन केले तरच यशस्वी होता येईल, अन्यथा अपयश पदरात पडेल.

आपण सगळे पैशाचा जमाखर्च लिहून ठेवतो. मोठमोठ्या संस्थांमध्ये तो

जमाखर्च लिहिण्यासाठी स्वतंत्र व्यवस्था केलेली असते, त्यांच्यावर देखरेख असते. सी. ए. ची. पैसा किती येणार? किती खर्च होणार? शिल्लक किती राहिला? शिल्लक पैशाचे पुढचे नियोजन काय? नवीन काही करता येईल का? कुठे गुंतवणूक करता येईल का? शिल्लक पैशाची गुंतवणूक कशाकरता, तर शिल्लक पैशाची सुद्धा वाढच झाली पाहिजे. म्हणून बाहेरचं कशाला? तुमची आईच बघा. पगार किती, त्यातून काय खर्च करायचे व शिल्लक राहील तर काय करायचे याचं सगळं नियोजन तुमच्या आईने ठरवलेलं असते. पैशाचा ज्याप्रमाणे जमाखर्च ठेवला जातो त्याच प्रमाणे तो वेळेचाही ठेवणं गरजेचं आहे. कारण वेळ तर पैशापेक्षाही मौल्यवान आहे. खर्च झालेला पैसा तर आपण कमवू शकतो. पण निघून गेलेली वेळ आपल्याला परत आणता येत नाही. त्यामुळे वेळ या मौल्यवान गोष्टीकडे कानाडोळा करू नका. पैसा मिळवण्याकरता आपल्याला कष्ट करावे लागतात म्हणून त्याचा जमाखर्च ठेवायचा, आणि वेळ आपल्याला फुकट मिळालेली असते, म्हणून ती कशी पण वाया घालवायची का? तर नाही.

दिनचर्या :

काम – दिनांक	ब्रश	अंघोळ	आवरणे	नाष्टा	जेवण सकाळी	जेवण रात्री	खेळणे	झोप	टीव्ही.
१.									
२.									
३.									
४.									
५.									
६.									
७.									

(टीप : मी वर उल्लेख केलेल्या कामाव्यतिरिक्त कामांची संख्या तुमच्या सोईप्रमाणे तुम्ही वाढवू शकता.)

–0–0–0–

संस्कार अकरावा

सातत्य

समुद्रकाठावरील लाटा आणि खडकाच्या युद्धामधे लाटांचा नेहमी विजय होतो तो काही ताकदीमुळे नाही, तर सतत त्या खडकावर आपटत असतात म्हणून. अभ्यासातील आपल्याला काही येत नाही, गणित तर आपल्याला आयुष्यात

सतत पाणी पडल्यामुळे दगडाचा झालेला गोटा

कधीच जमणार नाही. मग आपण काय करायचे? जीवन संपवण्याचे विचार मनात येत असलेल्या एक विद्यार्थ्याचे लक्ष पाणी भरण्यासाठी असलेल्या नळाच्या खालील दगडांकडे गेले. थेंब थेंब पाणी त्या दगडावर पडत होते, पण त्यामुळे तो दगड अगदी गुळगुळीत झाला होता. त्या विद्यार्थ्याच्या डोक्यात विचार आला, सतत एक एक थेंब पाणी त्या दगडावर पडल्यामुळे त्या दगडाचा जर गोटा होऊ शकतो तर मी पण सतत अभ्यास करून मोठा का होऊ शकणार नाही?

विद्यार्थी मित्रा, वरील दोन्ही गोष्टींतून काय सिद्ध होते, तर नुसता एक दिवस अभ्यास करून उपयोग नाही, तर तुझ्या अभ्यासामध्येसुद्धा सातत्य पाहिजे. तरच यश मिळणार आहे, अन्यथा हाताला काहीही लागणार नाही.

आजच्या विद्यार्थ्याकडे जर आपण बघितले तर ते परीक्षा आल्यावरच अभ्यास करतात. इतर वेळी सगळा टाईमपास चाललेला असतो. मग विद्यार्थी मित्रा, मला एक सांग- तू जर फक्त परीक्षा आल्यावरच अभ्यास केला तर तुला, यश कोठून मिळणार? ज्या विद्यार्थ्यांना यश मिळाले आहे किंवा जे यशस्वी झाले आहेत त्यांना जाऊन एकदा विचार- त्यांनी किती दिवस अभ्यास केला? ते सांगतील- रोजच अभ्यास केला. म्हणजे काय, तर अभ्यासात सातत्य ठेवलं. तुलाही तेच करावे लागेल.

नुसतं एक-दोन दिवस किंवा परीक्षा आल्यावर अभ्यास करून चालणार नाही. विद्यार्थ्याची अजून एक सवय माझ्या लक्षात आली, वडील घरात असतील त्यावेळी अभ्यास करतोय असे दाखवणे किंवा त्यावेळी अभ्यास करणे. वडील घरात नसले की यांच्या मनाचा कारभार. विद्यार्थी मित्रा, असं करून चालणार नाही. तुला आयुष्यात मोठे व्हायचं असेल, या स्पर्धेच्या जगात तुला टिकायचं असेल तर तुला अभ्यासात सातत्य ठेवावेच लागेल.

सातत्य म्हणजे काय, तर आपण अभ्यासासाठी ज्या गोष्टी ठरवल्या त्या नित्यनेमाने, कोणताही खंड पडू न देता पाळणे. विद्यार्थी मित्रा, एक कल्पना कर. सूर्य आज उगवला आणि नंतर दहा दिवस उगवलाच नाही? दहा दिवस सोडून दे, एक दिवसच सूर्य उगवलाच नाही तर काय होईल याची नुसती कल्पनाच कर. ज्याप्रमाणे सूर्य त्याची दिनचर्या कधीही चुकू देत नाही त्याचप्रमाणे आपणही आपल्या अभ्यासाची दिनचर्या कधीही चुकू द्यायची नाही- हा निश्चय मनाशी कर आणि तो रोज पाळ. यश तुझेच आहे.

यशस्वी होण्यासाठी सगळ्यात महत्त्वाचे काय आहे तर सातत्य.

समर्थ रामदास स्वामी म्हणत, ''केल्याने होत आहे रे, आधी केलेच पाहिजे.''

विद्यार्थी मित्रांनो, तुम्ही सायकल चालवायला शिकताना पहिल्यांदा पडल्यावर सायकल चालवणे बंद केले तर काय होईल? तुम्हाला कधीच सायकल चालवता येणार नाही. तुम्हाला परत परत सायकल चालवून बघावीच लागेल.

समजा, एखादा पैलवान आज ५० किलो वजन उचलू शकतो. ४ महिन्यानंतर त्याला एका स्पर्धेत १०० कि. वजन उचलायचे आहे. त्याने प्रयत्न केले, आहार वाढवला, रोज सराव केला, रोज थोडे थोडे वजन वाढवून उचलून बघितले, स्पर्धेत त्याला १०० किलो वजन उचलता आले. त्याला बक्षीस मिळाले. पण समजा, नंतर त्याने परत सरावात सातत्य नाही ठेवले. रोज वजन वाढवून उचलून नाही बघितले, तर तो परत १०० किलो वजन उचलू शकतो का? तर नाही.

आपण जी क्षमता मिळवली आहे ती क्षमता टिकून ठेवायची असेल तर आपल्याला त्यात सातत्य ठेवावेच लागेल. आपल्या अभ्यासातसुद्धा आपण ज्या क्षमतांचा वापर करणार आहोत, त्या म्हणजे वाचन, निरीक्षण, श्रवण, लिहिणे, बोलणे, एकाग्रता या सर्व क्षमता टिकाव्या असे तुम्हाला वाटत असले तर तुम्हाला त्यांचा रोज वापर करावा लागेल.

सातत्यात वाढ होण्यासाठी किंवा स्वतःला सातत्यपूर्ण कामाची सवय लावण्यासाठी आपण खालील प्रयोग करू शकतो.

१.	एका वहीत रोज एक वाक्य लिहिण्याचा संकल्प करायचा आणि तो रोज पाळायचा.

२.	दिवसातील ५ मिनिटे एखादे काम रोज करण्याचा संकल्प करायचा. उदा. ५ मिनिटे आईला घरकामात मदत, झाडांना पाणी टाकणे, घर साफ करणे वगैरे.

३.	सकाळी उठल्यावर आपण आज काय करणार आहोत ते ठरवा. लिहून ठेवा आणि संध्याकाळी पडताळून पहा. ज्या दिवशी ठरवलेले काम झाले असेल त्या दिवशी दिनदर्शिकेत खूण करा. महिन्याच्या शेवटी किती खुणा आहेत त्या तपासा. ज्या दिवशी आपण ठरवलेले काम पूर्ण करू शकलो नाही त्याची कारणे शोधा. आणि पुढील महिन्यात चुका टाळा. परत महिनाभर ठरवलेले काम पूर्ण झाल्यावर दिनदर्शिकेत खुणा करा. महिन्याच्या शेवटी खुणा तपासा. असे करत राहिल्यामुळे आपण सातत्यपूर्ण

काम का करू शकत नाही याची कारणे कळतील व त्या कारणांवर उपाययोजना केली की आपणही सातत्यपूर्ण काम करू शकू. कारण आपल्याला यशस्वी व्हायचे आहे.

-0-0-0-

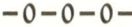

संस्कार बारावा
चिकाटी

इंग्रजीमध्ये एक खूप छान वाक्य आहे

Fell seven times

Got up eight times

Success is getting up just one more time

than you fall down.

याचा अर्थ काय, तर जितक्या वेळा तुम्हाला अपयश येईल त्यापेक्षा फक्त एक वेळा जास्तीचा प्रयत्न करा म्हणजेच यश तुमचेच आहे.

विद्यार्थी मित्रा, आपल्याला यश मिळेपर्यंत तेवढ्याच जोमाने प्रयत्न करत राहणे म्हणजेच चिकाटी.

आपल्याला रोज दिसणारी मुंगी. तिच्याकडून खरं तर चिकाटी हा गुण आपण घेतला पाहिजे. एखादी मुंगी ज्यावेळी एखादा दाणा घेउन जात असेल त्यावेळी बघा, खरं तर तो दाणा तिच्यापेक्षा वजनाने जास्त असतो, त्या दाण्याला ओढताना ती असंख्य वेळा पडते, तो दाणा तिच्याकडून सटकतो पण ती मुंगी त्या दाण्याला घेऊन इच्छित ठिकाणी पोहोचतेच. ती काही तो दाणा सोडून देत नाही किंवा 'पडू दे, मला नाही येत' असा विचारही करत नाही. दुसरे असे की, त्या दाण्यातील ती एकटी असं कितीसं खाणार असते, तरी देखील ती मुंगी प्रयत्नपूर्वक तो दाणा घेऊन जाते.

विद्यार्थी मित्रा, अभ्यास करतानाही तुला कधी समजेल, कधी समजणार नाही; कधी यश येईल, कधी अपयश येईल; कधी मनासारखे मार्क पडतील, कधी मनासारखे मार्क पडणार ही नाहीत, कुठलीही परिस्थिती असो, डगमगू नकोस. तुझं जे काही ध्येय असेल त्याकडे बघत मार्गक्रमण करत राहा, प्रयत्न करत रहा- यश नक्की मिळेल. तुला काही वेळा अभ्यास करताना निराशाजनक विचार मनात येतील त्या प्रत्येक वेळी मुंगीची चिकाटी डोळ्यासमोर आण आणि

आपल्या कामात कार्यमग्न असलेल्या मुंग्या

परत जोमाने कामाला लाग. यश नक्की मिळेल.

आपण जे काही करतोय त्यावर जर आपली श्रद्धा असेल तर चिकाटी आपोआपच निर्माण होईल. त्यासाठी आपल्या कामावर श्रद्धा ठेव. तसेच जे कोणी आपले संबधित (आई, वडील, शिक्षक इ.) आपल्याला जे काही सांगतील ते श्रद्धापूर्वक ऐक.

चिकाटीवरील काही गोष्टी :

पहिली गोष्ट -

एका आश्रमात बरेच विद्यार्थी शिकत होते. एकदा गुरुजींना विद्यार्थ्यांची परीक्षा घ्यावी वाटली. त्यांनी विद्यार्थ्यांना एक एक टोकरी (बांबूच्या काड्यांची टोपली) दिली आणि नदीवर जाउन या टोकरीत पाणी घेऊन येण्यास सांगितले. त्यात एक अट होती- टोकरी एकदाच पाण्यात बुडवायची- आश्रमापर्यंत यायचं, पाणी नसेल तर परत नदीवर जायचे. असे जोपर्यंत पाणी आणत नाही तोपर्यंत करायचे. सर्व विद्यार्थी टोकरी घेऊन नदीवर गेले. नदीच्या पाण्यात टोकरी बुडवून वर काढली. टोकरीला छिद्र असल्यामुळे टोकरीत पाणी आलेच नाही. ते आश्रमात आले, अर्ध्या अधिक विद्यार्थ्यांनी सांगितले- 'टोकरीत पाणी आणणे शक्य नाही' आणि ते परत नदीवर गेलेच नाहीत. उरलेल्या विद्यार्थ्यांपैकी काही जणांनी एक दोन चकरा मारून पाहिल्या, पण पाणी आणता येणे शक्य नाही असे म्हणून ते पण थांबले. पण एक विद्यार्थी होता, त्याचे म्हणणे- एकच गुरुजींनी सांगीतले म्हणजे नक्की काही तरी असेल. कारण त्याची गुरुजींवर श्रद्धा होती. त्याने चिकाटी सोडली नाही. तो नदीवर जायचा, टोकरी बुडवायचा, परत आश्रमात यायचा. इतर मित्र त्याला वेड्यात काढत होते. संध्याकाळपर्यंत सारखी टोकरी पाण्यात बुडवल्यामुळे बांबूच्या काड्या फुगल्या, टोकरीला असलेली सर्व छिद्रं बुजली व संध्याकाळी तो विद्यार्थी टोकरीभर पाणी घेऊन आश्रमात आला. त्यामुळे विद्यार्थी मित्रांनो, आपल्या कामावर श्रद्धा ठेवा व चिकाटीपूर्ण ते करत राहा, यश हमखास येते.

दुसरी गोष्ट -

थॉमस अल्वा एडिसन - विद्यार्थी मित्रांनो, थॉमस एडिसनने हजारावर नवे शोध लावून आपले नाव वैज्ञानिक जगतात अजरामर केले आहे. एडिसनचा

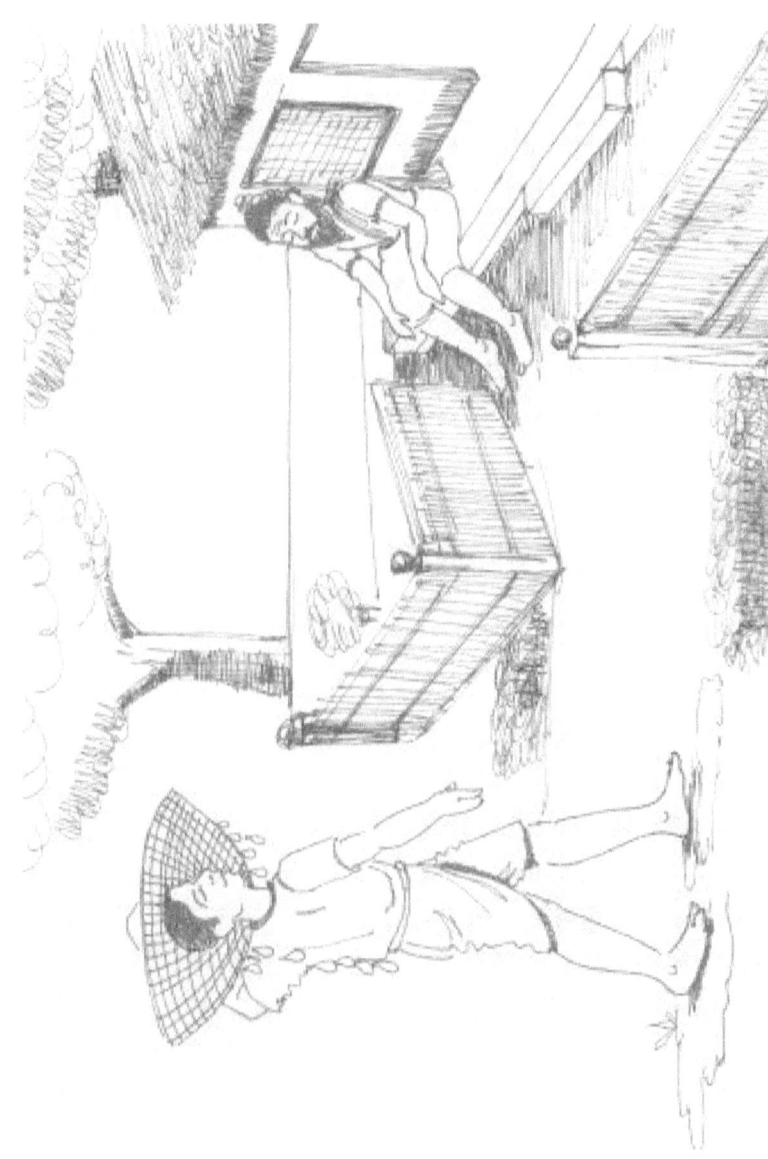

वेताच्या टोपलीत पाणी आणण्याचा प्रयत्न करणारा शिष्य

जन्म ११ फेब्रु. १८४७ रोजी अमेरिकेतील ओहियो प्रांतातील मिलान या गावी झाला.

एडिसनने फोनोग्राफ, सिनेमा प्रोजेक्टर, विद्युत-वाहिन्यांचे जाळे, तसेच सुलभपणे वापरता येण्याजोगा विजेचा दिवा असे अनेक शोध लावले.

प्रत्यक्षात विजेचा दिवा बऱ्याच शास्त्रज्ञांनी तयार केला होता, पण सगळ्यांचा दिवा हा फक्त प्रयोगशाळेतील एक प्रयोग होता. त्याच दिव्याला लोकांच्या वापरासाठी सुरक्षित आणि सोपा करण्यासाठी एडिसन खूप झटला. त्याने हजारो नमुने वापरून प्रयोग केले. शेवटी त्याला यश आलं आणि त्याने आपण जो बल्ब वापरतो त्याचा शोध लावला. प्रत्येक वेळी तो काही तरी प्रयोग करायचा त्यात यश येत नव्हते. तो परत नवीन प्रयोग करायचा, अपयश येतं म्हणून त्याने प्रयोग करायचे थांबवले नाही आणि ज्यावेळी त्याला यश मिळाले त्यावेळी तो म्हणाला.

I have not failed

I have just found 1000 ways

That won't work.

'मी काही प्रत्येक वेळी हरलो नाही, मी १००० प्रयोग असे सिद्ध केले, ज्यामुळे बल्ब तयार करता येत नाही.' त्यामुळे एडिसन नेहमी म्हणत असे- 'तुम्ही यशाच्या खूप जवळ आलेला असतात. हे तुम्हाला दिसत नसते. तुम्ही फक्त प्रयत्न सोडू नका.'

तिसरी गोष्ट –

शिवाजी महाराज – विद्यार्थी मित्रांनो, स्वराज्याची स्थापना करणारच अशी शपथ घेतलेल्या छत्रपती शिवाजी महाराजांच्या आयुष्याकडे जर आपण बघितले तर संपूर्ण आयुष्यच त्यांनी जसे काही संकटांना वाहून दिले होते. अगदी सुरुवातीला तोरणा, राजगड, कोंढाणा किल्ला सर केला. नंतर चंद्रराव मोरे प्रकरण, अफजल खान, पन्हाळ्याहून सुटका, शाहिस्तेखान, सुरत लूट, मिर्झाराजे जयसिंगाची स्वारी, पुरंदरचा तह, आग्र्याहून सुटका या प्रसंगाची आपण नुसती नावे जरी घेतली तरी आपल्या अंगावर काटा उभा राहतो. प्रत्येक संकट हे पहिल्या संकटापेक्षा मोठे होते. एका संकटावर मात करताच दुसरे संकट त्याहून मोठे- असे होत असताना सुद्धा अशा परिस्थितीतमुद्धा शिवाजी महाराज डगमगत नसत. तेवढ्याच धैर्याने, चिकाटीने ते त्या संकटाला सामोरे जात आणि त्यातून

सहीसलामत बाहेर पडत. प्रत्येक प्रसंगात शिवाजी महाराजांनी आपल्या जिवाचीसुद्धा पर्वा केली नाही. कारण त्यांच्यासमोर एकच ध्यास होता, तो म्हणजे 'स्वराज्य'

जसे महाराज, तसेच त्यांचे मावळे. सिद्दी जोहरने ज्यावेळी पन्हाळ्याला वेढा घातला त्याने पन्हाळ्याला पूर्ण जागते पहारे लावले, रसद बंद केली गेली, महाराज किल्यात अडकलेले. किल्यातून बाहेर पडणे एवढा एकच मार्ग महाराजांसमोर होता. ते भर पावसात शिताफीने किल्यातून सुटले. सिद्दी जोहरच्या सैनिकांच्या ते लक्षात आले. महाराजांबरोबर निवडक सैन्य होते, सिद्दी जोहर पाठलाग करत होता त्यावेळी थोडे सैनिक घेऊन बाजीप्रभू देशपांडे मागे थांबले, आणि महाराजांना सांगितले, 'विशालगडावर पोहोचा तोफेचा आवाज द्या. तोपर्यंत मी शत्रूला थोपवून धरतो.' राजे निघाले. मागे बाजीप्रभू देशपांडे निवडक सैनिकांसह शत्रूवर तूटून पडले. बाजीप्रभू आणि त्यांच्या सैनिकाच्या आवेशापुढे शत्रूला थोडेसुद्धा पुढे सरकता येईना. सर्व हातघाईवर आले. तिकडे राजे विशालगडावर पोहचले, त्यांनी तोफेचे गोळे सोडले, तो आवाज ऐकून मगच बाजीप्रभू देशपांडे धारातीर्थी पडले. ज्या खिंडीत त्यांनी शत्रूला अडवून धरले ती खिंडच पावन झाली. तीच पावन खिंड.

विद्यार्थी मित्रांनो, शिवाजी महाराजांचे ध्येय होते स्वराज्य. त्याचप्रमाणे बाजीप्रभू देशपांडेचे त्यावेळचे ध्येय होते– तोफेचा आवाज होईपर्यंत खिंड लढायची. म्हणजेच काय, आपले ध्येय जर खूप स्पष्ट असेल तरच चिकाटी हा गुण आपल्या अंगात आपोआप येतो. त्यामुळे माझे तुम्हाला सांगणे आहे– आपले ध्येय खूप स्पष्ट करा.

–0–0–0–

संस्कार तेरावा
शिस्त व स्वावलंबन

आपण स्वतः ठरवलेले किंवा दुसऱ्याने ठरवून दिलेल्या नियमांचे काटेकोर पालन करणे म्हणजे शिस्त. आजचा विद्यार्थी आई, वडील व शिक्षकांचे फारसे ऐकण्याच्या मनस्थितीत नसतो आणि त्याचे स्वतःचेही असे काही नियमच नसतात. त्यामुळे शिस्तीच्या बाबतीत सगळाच अनागोंदी कारभार असतो. कधीही उठायचे, कधीही झोपायचे, कधीही खायचे, कधीही अभ्यास करायचा. प्रत्येक गोष्टीची एक वेळ असते आणि त्या वेळेबरोबरच चाललो तरच प्रगती होते हे आजच्या विद्यार्थ्याला लवकर पटत नाही.

विद्यार्थी मित्रा, आपण रस्त्यावरून प्रवास करत असताना समजा- प्रत्येक गाडीवाल्याने त्याच्या मनाप्रमाणे गाडी चालवावी, कोणी जोरात गाडी चालवावी, कोणी वन वे मध्ये घुसला, कोणी रस्त्यातच गाडी पार्क केली- याची नुसती कल्पना करून बघ, काय होईल? सगळीकडे ट्रॅफिक जाम, प्रत्येकाचं वेळेचे नियोजन कोलमडणार, वेळेचा अपव्यय, मनस्ताप, भांडणे, मारामाऱ्या सुरू होतील. असे होऊ नये, रस्त्यावरील प्रत्येक गाडी चालवणाऱ्याने शिस्तीतच गाडी चालवावी यासाठी काही नियमावली बनवली, वन वे, पार्किंग स्पॉट, सिग्नल या सगळ्या नियमांचे काटेकोर पालन केले जाते की नाही हे बघण्यासाठी ट्रॅफिक पोलीस- हा सगळा आटापिटा कशासाठी? तर रस्त्यावरील ट्रॅफीक शिस्तीत चालावी म्हणून. प्रत्येकाने नियमांचे पालन करायचेच आणि जे कोणी नियम मोडेल त्याला दंड, शिक्षा. दंड आणि शिक्षेच्या भीतीपोटी सगळे शिस्तीत चालतात. म्हणजेच काय, आपले काही नुकसान व्हायला नको म्हणून शिस्त पाळायची.

विद्यार्थी मित्रा, आपल्या रस्त्यावरील प्रवासात आपण शिस्त पाळली नाही तर काय होत हे बघितलं; किंवा आपल्याला दंड होईल म्हणून आपण शिस्त पाळतो, तर मग आपला अभ्यासातील प्रवास बेशिस्तपणे का करायचा?

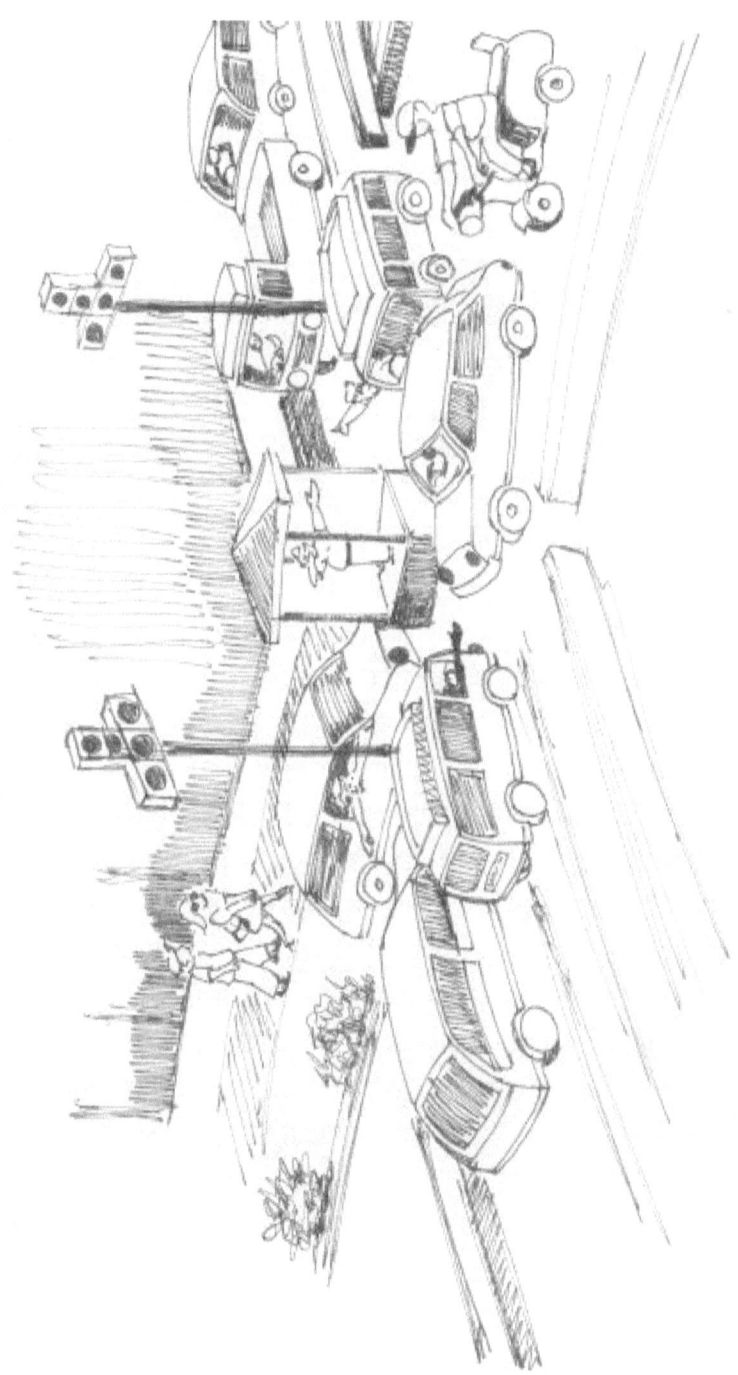

बेशिस्त वाहन चालक

अभ्यासातील प्रवास जर आपण बेशिस्तपणे केला तर आपल्याला दंड म्हणून काय मिळणार, माहिती आहे? आपली शैक्षणिक प्रगती कमी, पर्यायाने आपले करिअर धोक्यात, हे आपल्याला परवडणारे आहे का? नाही. तुला जर तुझे आयुष्य घडवायचे असेल, स्वतः मोठे व्हायचे असेल तर तुला शिस्त पाळावीच लागेल. मी तुला असे कधीच म्हणणार नाही, की तू खूप नियम कर आणि ते पाळ. हे बघ विद्यार्थी मित्रा, नियम थोडेच कर, पण ते काटेकोरपणे पाळ.

अभ्यास शिस्तीत करण्यासाठी खालील गोष्टी करणे गरजेचे आहे.

१. वेळेवर उठणे

२. वेळेवर झोपणे

३. वेळेवर जेवणे

४. अभ्यासाच्या वेळा ठरवून त्या रोज पाळणे

५. रोजचा अभ्यास रोज पूर्ण करणे.

६. खेळायला जाण्याची व किती वेळ खेळणार याची वेळ ठरवून ती काटेकोरपणे पाळणे. कारण असे आढळते, एक तास खेळून येतो म्हणणारा विद्यार्थी तीन तास खेळतच बसतो. हे योग्य नाही.

७. टी. व्ही वरील एखादी मालिका बघण्यास मुळीच हरकत नाही, पण ती मालिका संपल्यावर टी. व्ही समोरून उठले पाहिजे.

८. आपली अभ्यासाची खोली नीटनेटकी ठेवणे, नीटनेटके राहण्यासाठी ज्या गोष्टी पाळण्यास सांगितल्या त्या पाळणे हासुद्धा शिस्तीचाच भाग आहे.

विद्यार्थी मित्रा, एक गोष्ट लक्षात ठेव. शिस्त लावणे म्हणजे काय? तर आपल्या शरीराला वळण लावणे- म्हणजेच सवय लावणे. एकदा आपल्या शरीराला वरील सर्व गोष्टी पाळण्याची सवय लागली की या सर्व गोष्टी आपोआप होतील, फक्त गरज आहे ती तू या सर्व गोष्टी पाळायला सुरुवात करायची. तू फक्त सुरुवात कर, शिस्तीत राहण्यात सुद्धा एक मजा आहे, त्याचा अनुभव घे. शेवटी एकच सांगावेसे वाटते- शिस्त म्हणजे, जे काम करण्याची इच्छा नसतानाही, ते काम पूर्ण करावेच लागते.

मूठभर इंग्रजांनी आपण त्यांच्यापेक्षा संख्येने खूप जास्त असूनही आपल्या देशावर राज्य केले ते केवळ शिस्तीच्या जोरावर.

शिस्तबद्ध वागण्यासाठी काही सूचना

१. नियम थोडेच करा, पण ते पूर्णपणे पाळा.

२. स्वतःच्या चुकीच्या सवयी शोधा आणि त्या सोडण्याचा आटोकाट प्रयत्न करा.

३. छोटी गोष्ट ठरवा आणि ती वेळेत पूर्ण करा. ठरलेले काम ठरलेल्या वेळेत पूर्ण झाल्यास स्वतःला शाबासकी द्यायला विसरू नका.

४. कंटाळा आला की आपण शिस्त मोडायला सुरुवात करतो. त्यामुळे कामात किंवा अभ्यासात कंटाळा येऊ नये म्हणून छोटे छोटे ब्रेक घ्यायला विसरू नका. दर दोन तासानंतर ५ ते १० मिनिटे ब्रेक घेतल्यास आपण ताजेतवाने होतो व परत कामाचा कंटाळा येत नाही.

५. निराशाजनक क्षण टाळा – एखाद्या स्पर्धेत अपयश आल्यावर, ठरवलेले काम पूर्ण न झाल्यास किंवा काहीतरी मनाविरुद्ध झाल्यास निराशाजनक विचार मनात येतात.निराशाजनक विचार मनात असताना सगळी शिस्त मोडली जाते. त्यामुळे निराशाजनक विचार टाळा. निराशाजनक विचारांवर वेळीच उपाययोजना करा. आलेले अपयश किंवा मनाविरुद्ध झालेल्या गोष्टी लगेचच विसरा. यावर सोपा उपाय– आपल्या मनातील निराशाजनक विचार कोणालातरी सांगून टाका. मन लगेच हलके होईल. मन हलके झाल्यावर लगेच आपल्या कामाला लागा.

स्वावलंबन

'दुसऱ्यावरी जो विसंबला त्याचा कार्यभाग बुडाला.' म्हणजेच, आपण दुसऱ्यावर विसंबून राहिलो तर आपले काम तर होणार नाहीच आणि नुकसानही आपलेच होणार. त्यामुळे दुसऱ्यावर न विसंबता आपली कामे आपणच करणे म्हणजेच स्वावलंबी होणे.

स्वावलंबी – स्व + अवलंबी– म्हणजेच स्वतःवर अवलंबून असणारा तो.

कुठल्याही घरामध्ये आपण गेल्यावर एक चित्र नेहमी दिसते– भाजी मंडीतून भाजी आई आणणार, दळण दळून आई आणणार, स्वयंपाक आई करणार आणि आपण फक्त आईच्या आधी जेवणार. जेवण झाल्यावर ताट आईच उचलणार. रात्री झोपण्याचे अंथरूण, पांघरूण आई टाकणार. आपण मस्त झोपणार. सकाळी उठून अंथरूण, पांघरूण तसेच ठेवणार, ते आईच उचलणार. चहा, दूध आपण पिणार, कपबशी आई उचलणार. अभ्यास आपण करणार आणि अभ्यासासाठी केलेला पसारा सगळा आई आवरणार.

विद्यार्थी मित्रा, यात फक्त तू ठरवलंस, की तुला जेवढी काही आईला मदत करणे शक्य होईल तेवढीच केलीस- उदा. आपले ताट आपण उचलून ठेवले, चहाचा-दुधाचा कप आपण उचलून ठेवला, आपले अंथरूण-पांघरूण आपण घड्या घालून ठेवले, अभ्यासाकरता काढलेली पुस्तकं आपणच जर नीट ठेवून दिली- म्हणजेच काय, जी कामं आपलीच आहेत ती आपणच केली तर समोरच्याला मदत होईल आणि तुला स्वतःला नीटनेटकेपणाची सवय लागेल. स्वावलंबनाचा सगळ्यात जास्त फायदा आपल्याला वेळेचे नियोजन करताना होतो, किंबहुना मी तर असं म्हणेन, स्वावलंबी माणूसच वेळेचे खूप छान नियोजन करू शकतो.

मित्रा, तुला जर मोठं व्हायच असेल तर स्वावलंबी हो. तू कुठल्याही मोठ्या माणसाचे चरित्र वाच. त्यांच्या सगळ्यामध्ये एक गुण सारखाच सापडेल- तो म्हणजे ते सगळे स्वावलंबी होते.

पक्षीण आपल्या पिल्लांना जन्म देते. सुरुवातीला ती त्या पिलाला आपल्या चोचीने भरवते, जसे ते पिलू मोठे होते तसे त्या पिलाची आई त्याला उडायला येण्यासाठी ढकलते. पिलाने जर विरोध केला तर ती आई त्या पिलाला घरट्यातूनच बाहेर ढकलते, पिलू खाली पडायला लागल्यावर आपोआप उडायला लागते. एक पक्षी जर आपल्या पिलाने स्वावलंबी व्हावे म्हणून जागरूक असते तर आपण का नाही?

तसे पाह्यला गेले तर आपला जन्म होताना निसर्ग आपल्याला स्वावलंबनाचे तत्त्व शिकवतो. बाळ ज्यावेळी आईच्या पोटात असते तेव्हा त्याला अन्न पुरवठा नाळेवाटे केला जातो आणि बाळ जेव्हा पोटातून बाहेर येते तेव्हा पहिले काम काय, तर त्याची नाळ तोडतात. म्हणजे काय, तर इतके दिवस सगळे आपोआप मिळत होते- आता जर तुला अन्न हवे असेल तर आपले हात, पाय, तोंड हलव- तरच अन्न मिळेल, अन्यथा नाही. पण नंतर ते बाळ जसे मोठे होत जाते, तसतशी त्याची खूप काळजी घेतली जाते. त्याचे अती लाड केले जातात आणि कळत-नकळत परावलंबनाचे धडे पालकांकडूनच दिले जातात. ते बाळ लहान असताना या गोष्टी जाणवत नाही. परंतु ते बाळ जसं जसं मोठं व्हायला लागते, शाळेत जायला लागते तसं तसे परावलंबित्व हा गुण दिसायला लागतो आणि त्याचा त्रास व्हायला लागतो.

विद्यार्थी मित्रा, तू कुठल्याही वयाचा असशील. तुला जर खरंच स्वावलबी

आपल्या पिलाला स्वावलंबी बनवणारा पक्षी

व्हायचे असेल तर मनाशी पक्का निश्चय कर की **आजपासून माझे काम मीच करणार** आणि करून बघ.

    स्वयेची कष्टत गेला, तोचि भला– हे वचन लक्षात ठेव.

विनोबा भावेंची गोष्ट :

    विनोबा भावे एकदा भूक लागली म्हणून आपल्या आईला जेवायला वाढ म्हणाले, त्यावेळी आईने विचारले, तुळशीला पाणी घातलेस का? विनोबा

म्हणाले, नाही. त्यावर त्यांची आई म्हणाली, 'जोपर्यंत तुळशीला पाणी घालत नाहीस तोपर्यंत तुला जेवायला मिळणार नाही.' विनोबा भावे यामुळे आपल्या आईचे आभार मानतात. कारण ते म्हणतात– 'यामुळेच मला भुकेची आणि कामाची किंमत कळाली.' विनोबा भावे म्हणतात या प्रकारे प्रत्येक आई आपल्या मुलास, त्याने एक तास काम केल्याखेरीज खायला देणार नाही असं सांगेल तेव्हाच देशाचा उद्धार होईल.

विद्यार्थी मित्रांनो, एखाद्या वस्तूचा आपण वापर केला नाही तर पडून राहून ती वस्तू खराब होते. आणि ती वस्तू खराब झाल्यावर तिचा वापर करता येत नाही. म्हणजे वस्तू खूप छान होती. परंतु मित्रा, फक्त वापर न करण्यामुळे ती खराब झाली. आपल्या शरीराचे पण तसंच आहे. शरीराच्या प्रत्येक अवयवाचा आपण वापर नाही केला तर शरीराच्या त्या अवयवाचा रक्तपुरवठा प्रवाही राहात नाही. रक्तपुरवठा प्रवाही नसला तर काय होतं? आपल्याला आळस येतो, कंटाळा येतो, एक प्रकारचा निरुत्साह येतो, त्यामुळे आपण आपल्या शरीरातील रक्त प्रवाही कसे राहील हे पाहिले पाहिजे. त्याकरता काय करायचे? तर सर्व अवयवांचा उपयोग करायचा. त्यासाठी वेगळा वेळ काढण्याची गरजच नाही. नुसते आपले काम आपण केले तरी शरीरातील सर्व अवयवांची हालचाल आपोआप होईल व आपले रक्त प्रवाही राहील. त्यामुळे तुम्हाला आळस येणार नाही आणि अभ्यासात उत्साह वाटेल. त्यामुळे आजपासूनच स्वावलंबी व्हा.

–0–0–0–

संस्कार चौदावा
शारीरिक संस्कार

१. शारीरिक स्वच्छता-

विद्यार्थी म्हणतील, शारीरिक स्वच्छतेचा आणि अभ्यासाचा काय संबंध? शारीरिक स्वच्छतेचा आणि अभ्यासाचा संबंध दिसत नसला तरी शारीरिक स्वच्छतेचा आणि एकाग्रतेचा खूप जवळचा संबध आहे.

विद्यार्थी अभ्यासाला बसल्यावर विविध हालचाली करताना दिसतात, त्यात मुख्यत्वेकरून असते ते म्हणजे- नख चावणे/कुरतडणे, डोकं खाजवणे, अंगावर खाजवणे. मला एक सांगा, नखे वाढलेली नसतील तर नखे चावण्याचा प्रश्नच येणार नाही, तसेच डोकं स्वच्छ असेल, केस व्यवस्थित बारीक केले असतील तर डोकं सुद्धा खाजवण्याची गरजच नाही. अंगावरील कपडे स्वच्छ नसतील तर कपड्यांचा/घामामुळे वास येतो त्यामुळे मन विचलित होते, मग अंगावरचे कपडे जर स्वच्छ असतील तर?

दुसरं आणि सगळ्यात महत्त्वाचे- आपलं पोट साफ नसेल तर मन बेचैन होते. त्यामुळे ते एकाग्र होऊच शकत नाही, त्यामुळे विद्यार्थी मित्रांनो, पोट साफ होण्यासाठी पुरेसं पाणी पिणे गरजेचे आहे.

त्यामुळे मित्रांनो, अभ्यासात एकाग्रता साधायची असेल तर आपल्या शारीरिक स्वच्छतेकडेही लक्ष द्या. स्वच्छ अंघोळ करणे, नखं दर आठवड्याला कापणे, अंगावरील कपडे स्वच्छ ठेवणे, भरपूर पाणी पिणे या सर्व खूप सहज करता येण्याजोग्या गोष्टी आहेत. त्याला काही फारसा वेळही लागत नाही. फक्त या सर्व गोष्टी मनापासून करा. यामुळे दुसरा फायदा- तुमचे शरीर निरोगी राहील आणि शरीर निरोगी राहिलं की मन निरोगी राहायला मदत होते. विद्यार्थी मित्रा, एक कायम लक्षात ठेव. अस्वच्छता आजारपणाला निमंत्रण देते. शारीरिक स्वच्छतेमुळे आपल्या व्यक्तिमत्त्वाला एक वेगळीच चकाकी येते.

शारीरिक स्वच्छता कशी कराल?

१. रोज स्वच्छ अंघोळ करणे.
२. दिवसातून दोन वेळा सकाळी व रात्री झोपताना दात स्वच्छ करणे.
३. दिवसभरात आपण काही खाल्यावर व्यवस्थित चूळ भरणे.
४. डोळे, नाक पाण्याने स्वच्छ धुणे.
५. बाहेरून आल्यावर हात, पाय व तोंड न विसरता धुणे.
६. दर आठवड्याला नखे कापणे.
७. महिन्यातून एकदा केस व्यवस्थित कापणे .
८. रस्त्यावरील उघडे पदार्थ न खाणे.
९. अंगावरील कपडे स्वच्छ धुतलेले असावेत.
१०. भरपूर पाणी पिणे.

२. नीटनेटकेपणा –

विद्यार्थ्यांच्या अभ्यासाची जागा किंवा अभ्यासाची खोली आपण जर बघितली तर बहुतांश वेळा अभ्यासाची खोली अस्ताव्यस्तच असते. नुसती अभ्यासाची खोलीच नाही, तर आजच्या विद्यार्थ्याच्या वागण्यामध्येही अस्ताव्यस्तपणा दिसतो, घरात आल्यानंतर तो त्याची कुठलीच वस्तू जागेवर ठेवत नाही. घरात आल्या आल्या चप्पल-बूट काढून फेकतो, नंतर दप्तर फेकतो, युनिफॉर्म काढून टाकलेला असतो. पाणी प्यायल्यावर पाण्याचा ग्लास तिथेच ठेवून देतो. जेवणाचे ताट- काय तर आई उचलेल. कुठलीही वस्तू, अगदी खेळणी किंवा अभ्यासाचे साहित्य जरी त्याने काढले तरी ते परत असेल त्याच जागेवर गेलेलं नसते.

अभ्यासाच्या बाबतीत बघितलं तर दप्तर अस्ताव्यस्त असते. पुस्तके नीट वापरलेली नसतात, त्यांची सगळी पानं वेगळी झालेली असतात. पेन्सिल असते तर तिला टोक नसते, पेन असते पण शाई सापडत नसते. कारण की, या वस्तू जागच्या जागी ठेवलेल्या नसतात. मग ऐनवेळी गडबड, वेळेचा अपव्यय आणि बोलणी खाणे आणि घरातील वातावरण खराब.

अभ्यासाला बसल्यावर सुद्धा बरीच वह्या-पुस्तके समोर पडलेली असतात. त्यामुळे जो अभ्यास चालू आहे त्या विषयापासून मन विचलित होते व सतत दुसऱ्या विषयाकडे लक्ष जाते. हेच जर टेबल स्वच्छ असेल आणि आपण ज्या विषयाचा अभ्यास करतो आहोत त्याचेच पुस्तक-वही समोर असेल आणि

आपली खोली स्वच्छ ठेवणारा विद्यार्थी

बाकी सर्व पुस्तके त्यांच्या जागेवर- कपाटात किंवा दप्तरात- असतील तर लक्ष विचलित होणार नाही. सध्या ज्या विषयाचा अभ्यास चालू आहे तो पूर्ण करा व नंतर दुसरा विषय अभ्यासाला घ्या. दुसरी गोष्ट- सगळ्या वस्तू जागेवर असल्या तर वेळेची बचत होईल व पूर्णपणे मन अभ्यासावर केंद्रित करता येईल. घरातील सगळी आवराआवर आईनेच केली पाहिजे असा काही नियम नाही, प्रत्येकाने प्रत्येकाच्या वस्तू जागेवर ठेवल्या तरी आईला खूप मदत होईल.

बऱ्याच घरांमध्ये मुले आवराआवर करतच नाही. सगळी कामे आईच करणार. या संदर्भात एक खूप चांगले वाक्य वाचण्यात आले.

'उत्क्रांतीवर जर विश्वास ठेवायचा तर मग आईला दोनच हात कसे?'

आजपासून मनाशी पक्का निश्चय करा आपल्या वस्तू आपणच जागेवर ठेवायच्या. आपली अभ्यासाची खोली, अभ्यासाची जागा आपणच नीटनेटकी ठेवायची.

विद्यार्थी मित्रा, बघ, आपण मंदिरात जातो, मंदिरात प्रवेश केल्या केल्या आपल्याला प्रसन्न वाटते. कारण सगळी जागा स्वच्छ, नीटनेटकी असते. आपल्यालाही आपल्या अभ्यासाच्या खोलीत प्रवेश केल्यावर हीच प्रसन्नता जाणवली पाहिजे. ही प्रसन्नता तेव्हाच जाणवेल- जेव्हा आपली अभ्यासाची खोली मंदिरासारखी स्वच्छ आणि नीटनेटकी असेल.

शारीरिक स्वच्छता आणि नीटनेटकेपणा यांचा संबंध एकाग्रतेशी आहे. त्यामुळे दोन्ही गोष्टी कटाक्षाने पाळा.

नीटनेटकेपणा कसा अंगी रुजवाल?

१. आपली चप्पल-बूट जागेवर ठेवत जा.
२. दप्तर जागेवर ठेवा.
३. कपडे काढलेले फेकू नका, कपाटात व्यवस्थित ठेवा. तिथेही ते कोंबून ठेवू नका.
४. पाण्याचा ग्लास, दुधाचा कप, जेवणाचे ताट-भांडे घासण्याच्या जागेवर नेऊन ठेवा.
५. अंघोळ झाल्यावर आपला टॉवेल आपणच वाळत घाला.
६. धुण्याचे कपडे बाथरूममधे किंवा मशीनमध्ये नेऊन ठेवा.
७. आपल्या अंथरुणाची, पांघरुणाची आपणच घडी घाला व जागेवर नेऊन ठेवा.
८. वह्या, पेन, पेन्सील, इतर पुस्तके जागेवर ठेवा.
९. वह्या-पुस्तके नीट कव्हर लावून वापरा.
१०. खूप जास्ती वस्तूंची उपलब्धता असल्यास नीटनेटकेपणाचा अभाव असतो. त्यामुळे आवश्यक तेवढ्याच वस्तू ठेवा. अनावश्यक वस्तू काढून टाका.

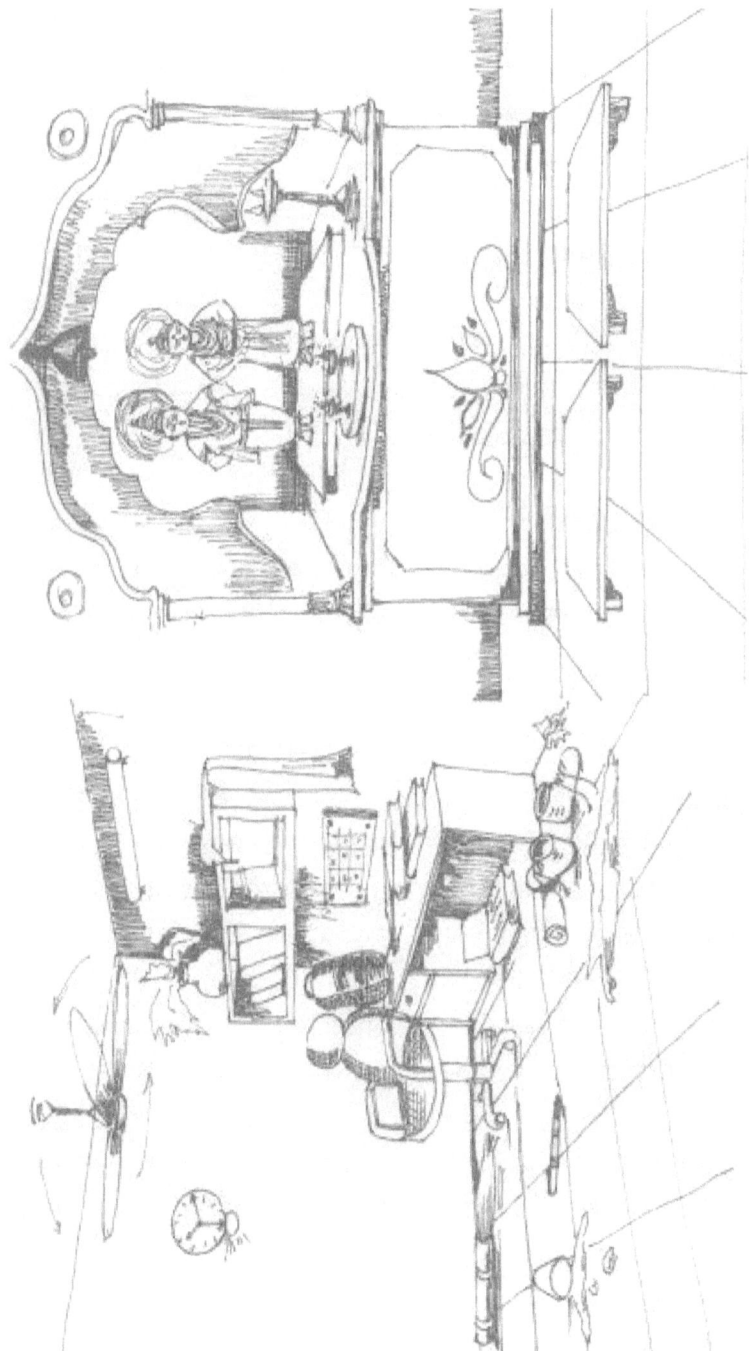

अभ्यासाच्या खोलीतील अस्ताव्यस्तपणा

स्वच्छता व नीटनेटकेपणामुळे मंदिरातील प्रसन्न वातावरणा

११. ज्या वस्तूंचा उपयोग तुम्ही करणारच आहात हे तुम्हाला माहीत आहे त्याच वस्तू ठेवा. ज्या वस्तूंचा उपयोग होईल असे तुम्हाला वाटत नाही त्या सगळ्या वस्तू काढून टाका.

१२. नेहमी सगळ्या वस्तू जागेवर ठेवा. त्यामुळे तुमची वेळेची बचत होईल आणि कामही लवकर उरकेल. आवश्यक साहित्य हाताजवळ असेल, लगेच सापडण्यासारखे असेल तर त्या कामाला आपण जास्त योगदान देऊ शकतो.

१३. स्वच्छतेचे आणि नीटनेटकेपणाचे नियम करा आणि ते रोज पाळा.

विद्यार्थी मित्रांनो, तुम्हाला जर तुमचे व्यक्तिमत्त्व प्रभावी बनवायचे असेल तर नीटनेटकेपणा अंगी बाळगावाच लागेल.

३. व्यायाम–

आजच्या मुलांकडे पाहिले की– शाळा, शाळा झाली की क्लास, त्यात परत शाळेतून घरातून मार्कांचा तगादा, मार्क कमी पडतील म्हणून सारखे पळत राहणे. खेळण्याला वेळ न मिळणे. मिळाला तरी शाळेला मैदान नाही, घरासमोर मोकळी जागा नाही. त्यामुळे आजच्या मुलांची शारीरिक क्षमता कमी होताना दिसते. शरीरातील शक्ती खेळाच्या मैदानावर खर्ची झाली तर घरी आल्यावर बरोबर अभ्यासात मन लागेल. परंतु याची शारीरिक शक्ती खर्ची पडत नसल्यामुळे हे मूल घरात आल्यावर चुळबुळ करत बसतात. अभ्यासाला जरी बसले तरी एका जागी बसूच शकत नाही. विद्यार्थ्यांमधील शारीरिक उर्जा बाहेर पडत नसल्यामुळेच ते चुळबुळे होतात. त्यावर एकच उपाय– त्यांना मैदानावर पाठवणे गरजेचे आहे.

स्वामी विवेकानंद म्हणत – 'मुलांनो, धट्टेकट्टे व्हा, मोकळ्या मैदानावर हुदंडत राहा. गीतेच्या वाचनापेक्षा क्रीडांगणावरचा फुटबॉल तुमचा अधिक उत्कर्ष करतो.'

विद्यार्थी मित्रांनो, मनाची एकाग्रता होण्यासाठी मनाबरोबरच शारीरिक आरोग्याला तेवढेच महत्त्व द्यावे लागेल. कारण आरोग्य ठीक नसलेला मनुष्य एकाग्रता करूच शकत नाही.

व्यक्तिमत्त्वातील मुख्य घटकांकडे आपण जर पाहिले तर शरीर, वाचा आणि विचार म्हणजे आपले मन हे घटक महत्त्वाचे आहेत. यापैकी एक जरी

घटक कमजोर झाला तरी संपूर्ण व्यक्तिमत्त्वावर त्याचा परिणाम होतो. व्यक्तिमत्त्वाला रुबाबदारपणा प्राप्त होतो तोच मुळी सुदृढ शरीरामुळे. विद्यार्थी मित्रांनो, शरीर सुदृढ असले म्हणजे सामर्थ्य तुमच्यामध्ये आपोआपच येते. स्वामी विवेकानंद तर म्हणत 'मन , मनगट आणि मेंदू यांचा संतुलित विकास म्हणजे शिक्षण.' शालेय शिक्षणात व्यायामाला महत्त्व न दिल्यामुळे आजकाल बहुतांश विद्यार्थी दुबळे असतात.

समर्थ रामदास स्वामी म्हणत – ''शक्ती पावती सुखे, शक्ती नसता विटंबना.'' विद्यार्थी मित्रा, अगदीच व्यायामशाळेत जाऊन व्यायाम करण्याची गरज नाही, रोज सकाळी मोकळ्या हवेत पळालास किंवा सायकल चालवली तरी चालेल, रोज फक्त १२ सूर्यनमस्कार घातले तरी चालतील. परंतु हे रोज करणे गरजेचे आहे.

व्यायामाबरोबरच महत्त्वाचे आहे आहार. आहार हा पौष्टीक असावा. सकाळी नाष्टा, दुपारी जेवण व रात्री जेवण. जेवण घेत असताना मी तर या मताचा आहे, सर्व चवी कळाल्या पाहिजेत, 'मला पालेभाजी आवडत नाही, मला अमुक अमुक आवडत नाही, मला तमुक आवडत नाही–' असे म्हणण्यात काहीच अर्थ नाही. सगळं खाल्याशिवाय, सगळी सत्त्वे आपल्या शरीरात कशी जाणार आणि सगळे सत्त्व जर आपल्या शरीरात नाही गेले तर काही तरी शारीरिक त्रास होतो, आणि मग डॉक्टरने सांगितल्यावर आपल्याला कळते. तसे न करता अगदी मनापासून सगळं खायला शिका.

देवाने आपल्याला पोट दिले आहे ते अन्न पचन करून आपल्याला रोजच्या व्यवहाराकरता लागणारी ऊर्जानिर्मितीसाठी, रक्ताच्या निर्मितीसाठी, त्यामुळे त्याचा वापर नीट करा. आपलेच पोट आहे म्हणून कितीही भरा– असे उपयोगाचे नाही. जेवताना पोट अर्धे भरेल एवढेच जेवा, उरलेल्या अर्ध्या भागामध्ये पाव भाग पाण्यासाठी व पाव भाग वायूसाठी मोकळा ठेवा. यामुळे अपचनाचे विकार होत नाहीत. बऱ्याच रोगांमध्ये अपचनामुळे होणाऱ्या रोगांची संख्या जास्त आहे. अशा पद्धतीने जेवल्यामुळे आपले आरोग्य स्थिर राहील.

–0–0–0–

संस्कार पंधरावा
संगत

मूल हे अनुकरणप्रिय असते. ज्या वेळी एखाद्या घरात बाळ जन्माला येते त्यावेळी त्या बाळाला त्याची आई, आई-बाबा म्हणायला शिकवताना 'बा बा बा' असे उच्चार करून दाखवते. आईच्या तोंडाची होणारी हालचाल, येणारा आवाज, त्या निरीक्षणावरून ते बाळ हळू हळू 'बा बा बा बा' म्हणायला लागते. हळूहळू ते बाळ 'आई बाबा' जे काही उच्चारतील ते उच्चारण्याचा तोडका मोडका प्रयत्न करते. सुरुवातीला बोबडे बोलणे, हळू हळू सरावाने नीट बोलायला लागते. चालण्याच्या, चेहऱ्यावरील हावभावाच्या बाबतीतही तसेच. म्हणजेच काय, तर मूल अनुकरण करत करत शिकत जाते.

सुरुवातीला ते आई-वडील यांचे अनुकरण करायला लागते. नंतर भाऊ, बहीण, आजी, आजोबा. हळूहळू ते मूल त्याच्या आजूबाजूच्या लोकांचे अनुकरण करायला लागते. जसे ते मूल मोठं व्हायला लागते त्याच्या संपर्कात घरातल्या लोकांबरोबरच बाहेरचेही लोक यायला लागतात. ते मूल त्यांचेही अनुकरण करायला लागते. मोठेपणी त्याच्या सहवासातील जवळची व्यक्ती म्हणजेच त्याचा मित्र. मग हे मूल जे अनुकरण शिकत चाललं आहे ते मित्राचेही अनुकरण करायला लागते. जोपर्यंत चांगल्या गोष्टीचे अनुकरण होते तोपर्यंत ठीक, पण ज्यावेळी चुकीच्या गोष्टींचे अनुकरण व्हायला लागते त्यावेळी त्या मुलाचे व त्याच्या पालकांचे वाद व्हायला लागतात. गोष्टी हाताच्या बाहेर जायला लागल्या, की मग मुलाचे मित्र कोण, कोणाबरोबर राहतो, म्हणजेच त्याची संगत काय आहे, हे बघितले जाते. मला वाटतं, गोष्टी हाताबाहेर जाण्याऐवजी जोपर्यंत गोष्टी आपल्या हातात आहे तोपर्यंत काही तरी केले पाहिजे, म्हणजे त्रास होणार नाही.

विद्यार्थी मित्रांनो, हे बघा, परीसाच्या सगंतीत आल्यावर लोखंडाचे सुद्धा सोन्यामध्ये रूपांतर होते.

सर्वश्रेष्ठ धनुर्धारी असूनही कर्ण केवळ कौरवांच्या संगतीत असल्यामुळे त्याला कधीही मोठे होता आलं नाही. या ठिकाणी कर्ण खूप बलवान, निसर्गदत्त कवच आणि कुंडलांची देणगी असताना केवळ कौरवांच्या संगतीमुळे मोठा झाला नाही, तर या उलट सुदामासारखा सामान्य माणूसही श्रीकृष्णाच्या संगतीत आल्यामुळे त्यालाही मोठेपणा प्राप्त झाला.

या ठिकाणी मला हरवलेल्या वाघाच्या पिल्लाची गोष्ट सांगावी वाटते. एकदा वाघाचं पिल्लू हरवतं आणि ते बकऱ्यांच्या कळपात जातं, बकऱ्यांबरोबर राहायला लागतं. बकऱ्यांप्रमाणे बॅ बॅ आवाज करायला लागते. एवढेच नव्हे, तर त्याचे खाणे, वागणे बकऱ्यांसारखे होते. एकदा जंगलात बकऱ्यांचा कळप जात असताना वाघ येतो. तो जोरात डरकाळी फोडतो, त्याच्या आवाजाने सगळ्या बकऱ्या पळून जातात. वाघाचे पिल्लूही पळायला लागते. तेवढ्यात वाघ त्या

आपले प्रतिबिंब पाण्यात पाहणारे वाघाचे पिल्लू

पिलाला पकडतो व त्या पिलाला विहिरीजवळ घेऊन जातो व त्याचे प्रतिबिंब त्या विहिरीच्या पाण्यात दाखवतो. ते पिल्लू आपल्या प्रतिबिंबाकडे बघते व नंतर परत वाघाकडे पाहते. त्यावेळी त्या पिलाला जाणीव होते- आपण तर वाघ आहोत, आपण बकऱ्यांच्या संगतीत राहून बकऱ्यासारखे वागत होतो. त्याला आपण वाघ असल्याची जाणीव होताच ते पिलू डरकाळी फोडते व वाघाबरोबर जंगलात निघून जाते.

मित्रांनो, या गोष्टीतून काय बोध घेणार? वाघाचं पिल्लूसुद्धा संगतीमुळे बकरी झाले होते.

विद्यार्थी मित्रांनो, त्यामुळे आपण कोणाबरोबर राहतो, आपले मित्र कोण या गोष्टींचा आपल्या वागण्यावर परिणाम होत असतो. ज्या मित्रामुळे आपण शाळा-कॉलेज बुडवतो, ज्या मित्रामुळे आपण आपल्या आई-वडिलांशी खोटं बोलतो, शाळा-कॉलेज बुडवून सिनेमाला जावून बसतो, ज्या मित्रांमुळे आपण इतरांबरोबर मारामारी करतो, टिंगल-टवाळी करतो, जो मित्र आपल्याला अभ्यास करताना त्रास देतो किंवा अभ्यास करू देत नाही- असे मित्र काय कामाचे? अशा मित्रांची संगत नसलेली बरी. आपण अडचणीत असताना आपल्याला मदत करतो तो खरा मित्र, आपल्याला अडचणीत टाकणाऱ्याला मित्र कसे म्हणायचे?

विद्यार्थी मित्रा, जिवाभावाचा एक तरी मित्र असावा हे मान्य, पण मित्र करताना किमानपक्षी तो समविचारी असावा. म्हणजेच कसं, आपण अडचणीत असताना त्याने आपल्याला मदत केली पाहिजे, त्याचप्रमाणे तो अडचणीत असताना त्याला मदत करण्याची इच्छा आपल्यालाही झाली पाहिजे. आई वडील, शिक्षक आणि अभ्यास या गोष्टींपासून दूर करणाऱ्याला कधीही आपला मित्र करू नका.

संगती संदर्भात हिंदी मधील खालील वाक्यातून काय तो बोध घ्या.

पंडीत से पंडीत मिला हो गयी दो दो बात ।

गधे से गधा मिला हो गयी दो दो लात ।

आजकालच्या विद्यार्थ्यांमध्ये दोन अतिशय घनिष्ट मित्र म्हणजे संगणक आणि मोबाईल. संगणक आणि मोबाईलचा विधायक कामासाठी उपयोग झाला तर खरंच, आजचे विद्यार्थी खूप मोठा पल्ला गाठू शकतात. पण तसं होताना दिसत नाही. संगणकाचा उपयोग माहिती गोळा करण्याकरता, माहिती साठवून

ठेवण्याकरता, क्लिष्ट संकल्पना समजावून घेण्यासाठी, माहितीचे आदान-प्रदान करण्यासाठी झाला तर नक्कीच फायदेशीर होईल. पण हल्लीचे मूल संगणक म्हणजे फक्त खेळ, इंटरनेट, गाणे, सिनेमा यासाठी संगणकाचा जास्तीत जास्त उपयोग करतो.

मोबाईलचेही तसेच. पालकांनी त्यांच्या व्यस्त दिनक्रमामुळे मुलांशी संपर्कात राहाता यावे म्हणून मुलांकडे मोबाईल दिलेले असताना, पण मोबाईलचा उपयोग काय? तर मित्रांना बोलावणे, त्यांना मेसेज पाठवणे, मोबाईल इंटरनेट वापरणे, काही विद्यार्थी मोबाईलचा उपयोग करून कॉपी करताना सापडले. मग या गोष्टी मुलांनी वापरायच्याच नाहीत का? तर वापरायच्या- पण गरजेपुरत्या. आपण काय वापरतो आहोत, त्याचा उपयोग आपण चांगल्या गोष्टीसाठी कशा प्रकारे करू शकू याचा सारासार विचार करून वापरायच्या.

संगणक, मोबाईल, टीव्ही.- या नवीन संगतीमुळे मुलं मैदानी खेळाला विसरली आहेत. त्यामुळे एक प्रकारचा स्थूलपणा मुलांमध्ये येत आहे. दुसरे असे की, संकणकाच्या अति वापरामुळे मुलांच्या डोळ्यांच्या तक्रारी वाढल्या आणि अभ्यासासाठी सगळ्यात महत्त्वाचे- त्यांचे वाचन आणि लेखन कमी झाले.

भारत एक प्रगत राष्ट्र होण्याच्या मार्गावर आहे. प्रगती होत असताना संगणक, मोबाईल, इंटरनेट या गोष्टींचा वापर आपण रोखू शकत नाही. किंबहुना या सर्व गोष्टी गरजेच्याच आहेत. त्या वापरू नका असा सल्ला मुलांना नक्कीच देणार नाही. परंतु या गोष्टी वापरताना मुलांनीच स्वयंशिस्त लावून या गोष्टींच्या वापरावर बंधन निर्माण करणे गरजेचे आहे. ज्या वेळी संगणक, मोबाईल या गोष्टी वापरणे अपरिहार्यच आहे अशाच वेळी त्या वापराव्यात, अन्यथा या गोष्टीपासून विद्यार्थीदशेत दूरच राहणे तुमच्या फायद्याचे आहे.

विद्यार्थी मित्रांनो, या मोबाईलमुळे तुमचे मनही थाऱ्यावर राहत नाही याचाही विचार करा. मित्रांनो, एकच सांगेन- मोबाईल, संगणक वापरताना त्या संयमाने वापरा.

स्वामी विवेकानंद म्हणत, 'एकाग्रता हाच सर्व ज्ञानाचा पाया आहे.' एकाग्रता म्हणजे काय? तर एखाद्या कामावर आपल्याला मन एकाग्र करता आले पाहिजे. त्याचप्रमाणे स्वामीजी सांगत, 'ज्या प्रमाणे एखाद्या वस्तूवर, कामावर मन एकाग्र करता आलेच पाहिजे त्याचप्रमाणे एखाद्या वस्तूवरून त्याच तत्परतेने मन अलग/विलगही करता आलेच पाहिजे.' हे एकाग्रतेसाठी महत्त्वाचे आहे.

त्यामुळे तुमचे मित्र, मोबाईल, संगणक यांच्यापासून मन विलग करायला शिका.

विद्यार्थी मित्रा, बघ, पाण्याचा एक थेंब जर उष्ण तव्यावर पडला तर त्याचे अस्तित्वच संपते. तोच थेंब झाडाच्या पानावर दवबिंदूच्या स्वरूपात मोत्याप्रमाणे चमकतो आणि जर शिंपल्यात पडला तर त्याचा मोती होतो. थेंब तोच- फरक फक्त सहवासाचा.

$$-0-0-0-$$

संस्कार सोळावा

श्रद्धा

आपण मंदिरात जातो, मंदिरातील दगडाच्या मूर्तीला आपण नमस्कार करतो. आपण रस्त्यावरून फिरत असताना, घरामध्ये असताना असंख्य दगड आपल्या पायाखाली येतात. मंदिरातील मूर्ती दगडाचीच आहे. तिला आपण नमस्कार करतो पण रस्त्यावर पडलेले दगड, घरातील फरशी या दगडांवर आपण मात्र पाय देतो.

एका दगडाला आपण नमस्कार करतो आणि एका दगडावर आपण पाय देतो– असं का?

याचं कारण आहे श्रद्धा. मंदिरातील दगडाच्या मूर्तीवर आपली श्रद्धा असते म्हणून आपण त्या दगडाच्या मूर्तीला नमस्कार करतो आणि रस्त्यावर पडलेले दगड, घरातील फरशी यांच्यावर आपली श्रद्धा नसते म्हणून आपण त्या दगडांवर पाय देतो.

आपण म्हणतो– माझी माझ्या आईवर श्रद्धा आहे, देवावर श्रद्धा आहे, गुरूवर श्रद्धा आहे– म्हणजेच काय, तर आपण त्यांना मानतो.

विद्यार्थी मित्रांनो, देव, आई, गुरू यांच्यावर जशी आपली श्रद्धा असते तशीच श्रद्धा आपण जे काही काम करू त्या कामावर असली पाहिजे. तुमच्या अभ्यासावर पण तुमची श्रद्धा असली पाहिजे.

विद्यार्थी मित्रा, अगदी थोडक्यात सांगू का? एखाद्या गोष्टीविषयी आपला हेतू स्पष्ट असला की आपली त्यावर श्रद्धा बसते. त्यामुळे माझे तुम्हाला सांगणे आहे– तुमच्या अभ्यासाचा हेतू काय आहे? हा प्रश्न स्वतःला विचारा, तुमचा अभ्यासाचा हेतू जेवढा स्पष्ट असेल, तेवढीच तुमची अभ्यासावर श्रद्धा असेल. दुसरा एक मुद्दा मला इथे सांगावा वाटतो. ज्या गोष्टीवर आपली श्रद्धा असते ती गोष्ट करताना आपण पूर्ण सक्रीय असतो. म्हणजेच काय, तर तन, मन, धनाने ती गोष्ट करतो. आणि ज्या गोष्टीवर आपली श्रद्धा नसते ती गोष्ट करताना

अळम-टळम करून ती गोष्ट करतो किंवा करायचं म्हणून करतो. विद्यार्थी मित्रा, ज्या ठिकाणी आपण सक्रीय असतो त्याच ठिकाणी फक्त चांगलं फळ पदरात पडू शकते आणि ज्या ठिकाणी आपणच सक्रीय नसतो तिथे फळाची अपेक्षा तरी कशी करणार?

धौम्य ऋषींच्या आश्रमात बरेच शिष्य होते. ते त्यांच्या शिष्यांची कठोर परीक्षा घेत असत. एकदा खूप पाऊस सुरू झाला. सगळीकडे पाणी वाहू लागले, ऋषींनी त्यांच्या शिष्यांना सांगितले, 'आपल्या शेताचा बांध पक्का नाही, तो बांध जर घट्ट नाही केला तर शेतातील पाणी वाहत जाईल तसेच सर्व पिकाचे नुकसान होईल. त्यामुळे तो बांध घट्ट करणे गरजेचे आहे.' कोणताही शिष्य तयार होईना. परंतु अरूणी नावाचा एक शिष्य होता. तो म्हणाला, 'गुरूदेव, आपण काळजी करू नका. मी जाऊन बांध घट्ट करून येतो.' अरूणी शेतात गेला, बांध फुटलेला होता, त्याने त्या जागी दगड-माती टाकण्याचा खूप प्रयत्न केला, पण बांध काही अडवला जात नव्हता. कारण पाण्याला खूप जोर होता. बांध घट्ट करायचा हा अरूणीपुढे मोठा प्रश्न होता. बांध घट्ट होत नाही म्हणून परत आश्रमात जाणे त्याला योग्य वाटत नव्हते. अरूणीला एक नामी युक्ती सुचली. ज्या ठिकाणी बांध फुटला होता तेथे तो स्वतः आडवा पडला. त्यामुळे माती-दगड त्याच्या शरीराला चिटकून बसले व चांगला बांध तयार झाला. वाहून जाणारे पाणी थांबले व पीकही वाचले.

दुसऱ्या दिवशी आश्रमात अरूणी दिसला नाही म्हणून ऋषींनी इतर मुलांना विचारले, कोणालाही अरूणी कुठे आहे सांगता आले नाही. ऋषी उठले, शेताकडे गेले. तेथे गेल्यावर त्यांनी अरूणीला आवाज दिले, पण उत्तर काही आले नाही. मग ज्या ठिकाणी बांध फुटला होता तिथे ऋषीं गेले. तेथे अरूणी पडला होता. त्याचे शरीर गारठले होते व तो बेशुद्ध होता. ऋषींच्या डोळ्यात पाणी आले. त्यांनी अरूणीला आश्रमात आणले, त्याला पुसले, शेकले. थोड्या वेळाने अरूणी शुद्धीवर आला. त्याचे गुरू त्याच्यावर प्रसन्न झाले व त्याला सर्व विद्या दिल्या. पुढे अरूणी सुद्धा एक थोर ऋषीं म्हणून प्रसिद्ध पावला.

विद्यार्थी मित्रांनो, त्यामुळे आपल्या कामात सक्रीय रहा आणि सक्रियता ही श्रद्धेमुळेच येते. त्यामुळे आपल्या प्रत्येक कामावर श्रद्धा ठेवा. आपल्या आई, वडील, शिक्षकांवर श्रद्धा ठेवा. विद्यार्थी मित्रांनो, आपण म्हणतो - मातृदेवो भव, पितृदेवो भव, आचार्यदेवो भव. म्हणजेच आई-वडील व शिक्षक आपल्याला

शेतातील फुटलेला बांध बंद करण्यासाठी पाण्यात झोपलेला अरुणी

देवाप्रमाणे आहेत. म्हणजेच ते आपले गुरू आहेत. परंतु या तीनही गुरूंपेक्षा एक मोठा गुरू असतो, तो कोणता माहिती आहे का? 'अनुभव'. जे आपल्याला आई-वडिल व शिक्षकही शिकवू शकत नाही ते आपल्याला अनुभव शिकवतो. म्हणून विद्यार्थी मित्रांनो, तुम्ही आई-वडील आणि शिक्षकांचे का ऐकायचे? कारण त्यांच्याकडे तुमच्यापेक्षा अनुभव जास्त असतो. विद्यार्थी मित्रांनो, आपण आपल्या कामात सक्रीय असल्याशिवाय आपल्याला त्या कामाचा पूर्ण अनुभवच येत नाही. अनुभव म्हणजे काही नुसते ते काम करणे नव्हे, ते काम यशस्वीरीत्या पूर्ण करत असताना तुम्हाला कोणत्या अडचणींना सामोरे जावे लागते? त्या अडचणींवर तुम्ही कशी मात केली आणि यश मिळवलं याला म्हणतात अनुभव. त्यामुळे माझे तुम्हाला सांगणे आहे- अभ्यासात सक्रीय रहा आणि तुमचा अनुभव वाढवा.

श्रद्धा आपल्याला सगळ्यात मोठा गुण शिकवते- तो गुण म्हणजे नम्रता. तुम्ही कुठल्याही मोठ्या व्यक्तीकडे बघा. त्यांच्या सगळ्यामधे एक गुण असतोच- तो म्हणजे ते सगळे नम्र असतात. कारण त्यांची त्यांच्या कामावर प्रचंड श्रद्धा असते. त्यामुळे विद्यार्थी मित्रा, तुला जर मोठं व्हायचं असेल तर अभ्यास करावाच लागेल आणि अभ्यास करायचा जर असेल तर आपण आतापर्यंत ज्या गोष्टी पाहिल्या त्या सर्व श्रद्धापूर्वक आचरणात आण. यश तुझंच आहे.

जन्म आणि मृत्यू यांच्यामधील प्रवास म्हणजेच आयुष्य. आणि आपले आयुष्य जर सुखाने जगावे असे तुला वाटत असेल तर अभ्यासासाठी आवश्यक संस्काराकडे तुला काळजीपूर्वक लक्ष द्यावे लागेल. आयुष्याचा हा प्रवास तुला सुखकर करायचा असेल तर अभ्यासाशिवाय दुसरा मार्ग नाही. एक गोष्ट कायम लक्षात ठेव, आयुष्यात तू कितीही पैसा कमावला तर त्या पैशाचे रक्षण तुला करावे लागेल. आणि तू जर ज्ञान कमावले तर ते ज्ञान तुझे रक्षण करेल आणि ज्ञान कमावण्यासाठी अभ्यास करावाच लागेल. त्यामुळे तो अभ्यास तू संस्कारयुक्त कर.

शुभेच्छा !

–0–0–0–